லைட்டா பொறாமைப்படும் கலைஞன்

லைட்டா பொறாமைப்படும் கலைஞன்

இசை (பி. 1977)

இயற்பெயர் ஆ.சத்தியமூர்த்தி. பொது சுகாதாரத் துறையில் பணி. கோவை மாவட்டம் இருகூரில் வசித்து வருகிறார்.

'காற்று கோதும் வண்ணத்துப்பூச்சி' (2002), 'உறுமீன்களற்ற நதி' (2008), 'சிவாஜி கணேசனின் முத்தங்கள்' (2011), 'அந்தக் காலம் மலையேறிப் போனது' (2014), 'ஆட்டுதி அமுதே!' (2016), 'வாழ்க்கைக்கு வெளியே பேசுதல்' (2018), 'நாயகன் வில்லன் மற்றும் குணச்சித்திரன்'(2019), 'உடைந்து எழும் நறுமணம்' (2021) ஆகிய கவிதைத் தொகுப்புகளும் 'அதனினும் இனிது அறிவினர் சேர்தல்' (2013), 'உய்யடா உய்யடா உய்!' (2017), 'பழைய யானைக் கடை' (2017), 'தேனொடு மீன்' (2020), 'மாலை மலரும் நோய்' (2021) ஆகிய கட்டுரைத் தொகுப்புகளும் வெளியாகியுள்ளன.

மின்னஞ்சல்: *isaikarukkal@gmail.com*

இசை

லைட்டா பொறாமைப்படும் கலைஞன்

காலச்சுவடு பதிப்பகம்

அன்பார்ந்த வாசகருக்கு,

வணக்கம்.

காலச்சுவடு நூலை வாங்கியமைக்கு நன்றி.

நூலின் உள்ளடக்கம், உருவாக்கம், அட்டைப்படம் இன்ன பிற அம்சங்கள் பற்றிய உங்கள் கருத்துகளையும் ஆலோசனைகளையும் காலச்சுவடு வரவேற்கிறது. தகவல், எழுத்து, வாக்கியப் பிழைகள் தென்பட்டால் கட்டாயம் தெரிவித்து உதவுங்கள். நூல் தயாரிப்பில் கடும் குறைபாடு இருப்பின் மாற்றுப் பிரதி உங்களுக்குக் கிடைக்கக் காலச்சுவடு ஏற்பாடு செய்யும்.

மின்னஞ்சல்: **publisher@kalachuvadu.com**

காலச்சுவடு நாகர்கோவில் தலைமையகத்துக்கும் கடிதம் அனுப்பலாம்.

தங்கள்

எஸ்.ஆர். சுந்தரம் (கண்ணன்)

பதிப்பாளர் — நிர்வாக இயக்குநர்

லைட்டா பொறாமைப்படும் கலைஞன் ♦ கட்டுரைகள் ♦ ஆசிரியர்: இசை ♦ © ஆ. சத்தியமூர்த்தி ♦ முதல் பதிப்பு: ஆகஸ்டு 2015, ஐந்தாம் (குறும்) பதிப்பு: டிசம்பர் 2022 ♦ வெளியீடு: காலச்சுவடு பப்ளிகேஷன்ஸ் (பி) லிட்., 669, கே.பி. சாலை, நாகர்கோவில் 629001

laiTTa poRaamaippaTum kalaiñan ♦ Essays ♦ Author: Isai ♦ © A. Sathya murthy ♦ Language: Tamil ♦ First Edition: August 2015, Fifth (Short) Edition: December 2022 ♦ Size: Demy 1 x 8 ♦ Paper: 18.6 kg maplitho ♦ Pages: 112

Published by Kalachuvadu Publications Pvt. Ltd., 669, K.P. Road, Nagercoil 629001, India ♦ Phone: 91-4652-278525 ♦ e-mail: publications @kalachuvadu.com ♦ Printed at Adyar Students xerox Pvt. Ltd., No. 275 Habibullah Road, Triplicane high Road, Opp Triplicane Post Office, Triplicane, Chennai 600005

ISBN : 978-93-84641-30-6

12/2022/S.No. 665, kcp 4074, 18.6 (5) uss

திடீரெனப் ப்ரியத்தைக் கொட்டி
திடீரெனக் காணாது போய்விட்ட
'அருவி சீனிவாசன்'
அவர்களின் நினைவிற்கு. . .

நன்றி

தி இந்து 'பொங்கல் மலர்', இந்தியா டுடே, கபாடபுரம்.காம்,
புதிய புத்தகம் பேசுது, காலச்சுவடு, மணல்வீடு, கணையாழி,
அந்திமழை, ஆனந்த விகடன், பனுவல், பிசகு,
விஷ்ணுபுரம் இலக்கிய வட்டம்,
ஈரோடு இலக்கியச் சுற்றம், தமிழினி பதிப்பகம்,
நெய்தல் இலக்கிய அமைப்பு,
கோவை களம் இலக்கிய அமைப்பு,
சேலம் தக்கை இலக்கிய அமைப்பு,

மோகனரங்கன், பெருமாள்முருகன், கல்யாண்ஜி, கலாப்ரியா,
ஆதவன் தீட்சண்யா, ஷாலினி, கீரனூர் ஜாகிர் ராஜா,
வரதராஜன் ராஜு, ஜான் சுந்தர், சே. பிருந்தா, சரோ, வான்ஸ்,
தமிழ்நதி, அமுதா, ஆ. சங்கீதா

பொருளடக்கம்

என்னுரை	11
லைட்டா பொறாமைப்படும் கலைஞன்	15
பெருமாள்முருகன் கவிதைகளுடனான பயணம்	19
திருடன் மணியன்பிள்ளையும் திருடர் சத்தியமூர்த்தியும்	25
சத்தியத்தை மீட்டுதல் – சுப்பிரமணிய பாரதி கவிதைகள்	31
கலை என்பது தனித்த ஞானம்	47
உன்னதங்களின் பொந்திற்குள் புகுந்துவிளையாடும் எலிக்குஞ்சு	52
பிசாசைக் கொண்டாடுதல்	57
செவிநுகர் கனிகளின் இனிப்பும் சத்தும்	61
வெள்ளந்திக்கருளாள்	67
கவி – கவிதை – கலகம் – கலப்படம்: சில அடிப்படைக் குழப்பங்கள்	71
குத்துப்பாடல்களுக்கிடையே ஒரு ஆட்டம்	81
அப்பா	90
நேர்காணல்கள்	
'உலகம்தான் அம்மையப்பன். அம்மையப்பன்தான் உலகம்'	101
நான் கலையின் நல்லது கெட்டதுகளோடு வாழ விரும்புகிறேன்	108

என்னுரை

இத்தொகுப்பிற்கு 'லைட்டா பொறாமைப்படும் கலைஞன்' என்று பெயர் சூட்டியிருக்கிறேன். பாரதி கவிதைகள் பற்றிய நீண்ட கட்டுரை ஒன்று இடம் பெற்றிருக்கிற இத்தொகுப்பு, வடிவேலுவைப் பற்றிய சின்ன கட்டுரை ஒன்றின் பெயர் தாங்கி வெளிவருகிறது. இதை ஒரு வினோதமான ஆசை என்றே கொள்ள வேண்டும். ஏனோ இந்தப் பெயர் சொல்லாகவும் பொருளாகவும் என்னை ரொம்பவும் ஈர்த்துவிட்டது. ஒருவேளை 'சத்தியத்தை மீட்டுதல்' என்று சூரத்தனம் காட்டுவதைக் காட்டிலும் லைட்டாகப் பொறாமைப்பட்டுக்கொள்வது உத்தமம் என்றெனக்குத் தோன்றியிருக்கலாம். *காலச்சுவடில்* கட்டுரை வெளியாகினபோது 'லைட்டாப் பொறாமைப்படும் கலைஞன்' என்று 'ப்' ஒற்றோடு வெளியானது. லைட்டா என்பதுதான் லைட்டாக இருப்பதாக எனக்குப் படுகிறது. இந்த ஒற்று லைட்டைத் தின்று பெருத்து விடுவதாகத் தோன்றவே இலக்கணம் பிழைத்திருக்கிறேன். தமிழ்ச் சான்றோர் பொறுத்தருள்க. . .

கடந்த இரண்டு ஆண்டுகளில் நான் எழுதிய கட்டுரைகளின் தொகுப்பு இந்நூல். இக் கட்டுரைகளை இவை வெளியான காலவரிசைப்படியே தொகுத்திருக்கிறேன். இரண்டு நேர்காணல்கள் இறுதியில் சேர்க்கப்பட்டிருக்கின்றன. சினிமா, சினிமா இசை, புத்தக மதிப்புரைகள் என்று வேறு விஷயங்கள் இருந்தாலும் இத்தொகுப்பில் கவிதை பற்றிய பேச்சுக்களே அதிகமும் நிகழ்ந்துள்ளதைக் காண முடிகிறது. கவிதை முறுக்கிக்கொள்கிற தருணங்களில் 'உரைநடை எழுதப்போய்விட்டதால்தான் கவிதை

இப்படிப் பிகு பண்ணுகிறதா' என்கிற சந்தேகம் எழாமலில்லை. இச்சந்தேகம் உறுதியாகும் பட்சத்தில் உரைநடைக்குப் பிரிவு சொல்ல வேண்டியிருக்கும்.

இலக்கியம் சாராது நான் எழுதிய முதல் கட்டுரை வடிவேலுவைப் பற்றியதுதான். வடிவேலுவைப் புகழ்ந்து தள்ளி ஒரு குறுஞ்செய்தி அனுப்ப, 'அப்படியெனில் அவரைப் பற்றி ஒரு கட்டுரை எழுதவும்' என்று பதில் வந்தது. அந்த நாளின் நல்லருள் என்னவெனில், அது ஒரு சனிக்கிழமையாக இருந்தது. சனிக்கிழமைகளில் வானத்தை வில்லாக வளைக்கச்சொன்னாலும் நாம் "சரி..." என்றுதானே கிளம்புவோம். கட்டுரை எம்மாத்திரம். அது ஒரு பிரகாசமான சனிக்கிழமையாக நினைவில் நிற்கிறது.

பாரதி பற்றிய கட்டுரையின் மூலம் பழ. அதியமான் என்கிற ஆளுமையோடு அறிமுகம் கிடைத்தது. அவர் இக்கட்டுரையைக் கொண்டாடிய விதம் அந்த நாளை மாத்திரமல்ல அந்த மாதத்தையே பரவசத்தில் ஆழ்த்தியது. 'ஞானக்கூத்தன் கவிதைகள்' பற்றிய கட்டுரை குறித்தான ஜெயமோகனின் குறுஞ்செய்தி தொடர் இயக்கத்திற்கான உற்சாகமளிப்பதாக இருந்தது. "நான் வெறும் வேலையாளாக இருந்து கொள்கிறேன்..." என்று சொன்னதை உறுதியாக மறுத்துப் 'பிசகு' நிகழ்வில் 'மார்க்சின் தூரிகை' நூலைப்பற்றி எழுத வைத்தவர்கள் சாம்ராஜும் கவின்மலரும். இருவருக்கும் இத்தருணத்தில் எனது நன்றிகள். இக்கட்டுரை பற்றிய மகிழ்ச்சியூட்டும் எதிர்வினைகள் நான் எதிர்பாராதவை.

திரையனுபவம் அதிகமற்ற என்னைப் 'பிசாசு' திரைப்படம் கலைத்துப்போட்டது. மீண்டும் என்னை அடுக்கிக்கொள்ள வேண்டியே அப்படத்தைப் பற்றி எழுதினேன். மிஷ்கினோடு நிகழ்ந்த அந்த ஒருமணி நேர உரையாடல் மகிழ்ச்சிகரமானதுதான். ஒரு பட்டிக்காட்டுக் குடும்ப ஊழியனான என்னை ஏங்கச்செய்வதாகவே அவருடைய வாழ்க்கையும் வார்த்தைகளும் இருந்தன. 'அப்பா' கட்டுரையைப் 'பரிதி பதிப்பகம்' வெளியிட இருக்கும் ஒரு தொகை நூலிற்காக எழுதினேன். குத்துப்பாடல்கள் பற்றிய கட்டுரையைச் செந்திலுக்காகவே எழுதினேன். இப்படி ஒவ்வொரு கட்டுரை பற்றியும் சொல்ல ஏதோ கொஞ்சம் இருக்கிறது.

பழி தாங்கி நின்ற பருவத்தில் மானசீகமாக உடனிருந்து நான் உடைந்து போகாது பார்த்துக்கொண்ட வசந்தன், வெய்யில், அசதா, கரிகாலன், கண்டர், காலபைரவன், பழனிவேள், ஸ்ரீநேசன், கோணங்கி, நை.ச. சுரேஷ்குமார், சூரியநாராயணன், ராஜன்குறை, அமிர்தம்சூர்யா ஆகியோரை இத்தருணத்தில் நினைவில் கொள்கிறேன். அந்த மோசமான நாளின் அதிகாலையில் ஷங்கர்

ராமசுப்ரமணியனுடன் நிகழ்த்திய ஒரு நீண்ட தொலைபேசி உரையாடல் என்னைப் பெரிதும் ஆசுவாசம் கொள்ள வைத்தது.

"விஷ்ணுபுரம் விருது வழங்கும் விழாவில் பேசப்போகிறேன்" என்று சொன்னபோது "நல்லது. . . ஞானக்கூத்தன் கவிதைகள் முழுத்தொகுப்பு என்னிடம் இருக்கிறது. . . அனுப்பி வைக்கிறேன்" என்று சொல்லி அனுப்பி வைத்த சுகுமாரனுக்கு என்னுடைய வணக்கங்கள்.

பின்னட்டைக் குறிப்பை எழுதியிருக்கும் எம்.கோபால கிருஷ்ணனுக்கு என் அன்பு.

நூல் வடிவமைப்புக்காகச் சுபாவுக்கும் அட்டை வடிவமைப்புக் காக நண்பர் ஸ்ரீபதிக்கும் எனது நன்றிகள்.

*Google*க்கு முந்தைய கட்டுரையாளர்களுக்கு என் சிரம்தாழ்ந்த வந்தனங்கள்.

இருகூர்   இசை
16.06.2015

லைட்டா பொறாமைப்படும் கலைஞன்

தினசரிக்கூலிகள், பால்காரரர்கள், பெட்டிக் கடைக்காரர்கள் என்று சாமானியர்கள் துவங்கிக் குறுமுதலாளிகள், பெருமுதலாளிகள், மருத்துவர்கள், மென்பொறியாளர்கள், ஆசிரியர்கள், கல்லூரி மாணவர்கள், பள்ளிக்குழந்தைகள் வரை அனைவரின் வாயிலும் வடிவேலுவின் வசனங்கள் புழங்கிக்கொண்டிருக்கின்றன. இது மட்டுமல்லாது தமிழ் இலக்கியவாதிகள், அறிவுஜீவிகள் பலரும் வடிவேலுவின் வசனங்களைத் துணைக்கழைத்து எழுதியிருக்கின்றனர். தமிழ் இனத்தை மாளாத குற்றவுணர்ச்சிக்கு ஆளாக்கிவிட்டு எரிபுகுந்த முத்துக்குமாரின் கடிதத்திலும் “இது வரைக்கும் யாரும் என்னத் தொட்டதில்ல” என்கிற வடிவேலுவின் வசனம் உண்டு.

இலக்கியவாதிகளுக்குத் தனிக் கொம்புண்டு என்றும் அவர்கள் தேவதூதர்கள் என்றும் நம்பிக் கொண்டிருந்த காலத்தில் வடிவேலுவின் வசனத்தை எடுத்தாண்டிருந்த ஒரு இலக்கியவாதிக்குக் காட்டமான கடிதம் ஒன்றை எழுதியிருக்கிறேன். தங்களின் அமரத்துவம் வாய்ந்த எழுத்தில் ஒரு கோமாளி நகைச்சுவை நடிகனுக்கெல்லாம் இடம் அளிக்கலாமா என்பதுதான் அந்தக் கடிதத்தின் சாரம். ஆனால் அக்கடிதம் அத்தருணத்தில் எனக்கும் முளைத்திருந்த ஒரு குட்டிக்கொம்பால் எழுதப் பட்டது என்பதை வடிவேலு சீக்கிரமே நிரூபித்துக் காட்டினார். தன் நகைச்சுவைகளின் பின்புலத்தில்

அவர் தமிழ் வாழ்வை, தமிழ் மனத்தின் உளவியலை, அதன் நுட்பமான மனவோட்டங்களை, அபிலாஷைகளை நிகழ்த்திக் காட்டினார். சில சமயங்களில் வடிவேலு இதையெல்லாம் தெரிந்துதான் செய்கிறாரா என்று எனக்கு வியப்பாய் இருக்கும். ஆனால் ஒரு கலைஞன் எதையும் தெரியாமல் செய்துவிடுவதில்லை. ஒருவேளை அவனுக்குத் தான் என்ன செய்கிறோம் என்பதைத் துல்லியமாகச் சொற்களால் சொல்லத் தெரியாமல் இருக்கலாம். அப்படி அவர் எதுவும் தெரியாதவருமல்ல என்பதற்கு ஆனந்தவிகடனில் சமஸிற்கு அவர் அளித்த நேர்காணலே சான்று. நான் என்னளவில் இந்நேர்காணலை இலக்கியம் என்கிற வகைமைக்குள்ளேயே வைக்க விரும்புவேன்.

வடிவேலுவின் பெரிய வெற்றி என்பது அவர் நம் அன்றாடத் துடன் கலந்ததுதான். வெற்றுக் கோமாளிகளால் இது முடியவே முடியாது.

“என்னடா பொழுது போய் பொழுது வந்துருச்சே. இன்னும் ஒன்னும் நடக்கலையேன்னு பாத்தேன். . .” என்றொரு வசனம்.

கடவுள் முகம் திருப்பியே பார்க்கமாட்டேன் என்று விறைப்பாய் அமர்ந்திருக்கும் வாழ்வு சில அதிர்ஷ்டக்கட்டைகளுடையது. அவர்களிடம் கேட்டால் தெரியும், இது ஒரு எளிய நகைச்சுவை வசனம் மட்டுமா என்று. பொங்கி வருகிற கண்ணீருக்குப் பதிலாக நான் பல தடவைகள் இந்த வசனத்தை வாய்விட்டுச் சொல்லியிருக்கிறேன். இதுபோல் பல வசனங்களை அவர் இவ்வாழ்வின் துன்பங்களுக்கு எதிராக உருவாக்கி வழங்கியிருக்கிறார். “பொறாமையா. . ?” என்கிற கேள்விக்கு “லைட்டா. . .” என்றவர் பதிலளிக்கையில் நான் அதை எப்படியெல்லாமோ விரித்துப் பார்த்துக்கொள்கிறேன். சத்தமிட்டுச் சிரிக்கிற அதேவேளையில் எனக்குள்ளே எங்கோ ஒரு வெளிச்சப்புள்ளி தோன்றி மறைகிறது. நான் என் பொறாமைகளைப் பரிவோடு பார்த்துப் புன்னகை செய்கிறேன். ஆலயமணி சிவாஜிதான் எவ்வளவு பாவம் என்று நினைத்துக்கொள்கிறேன்.

இப்படி நான் எழுதிச்செல்வது வடிவேலு தும்மினால்கூட அதனுள்ளே ஒரு மானுடத்துக்கம் ஒளிந்திருக்கும் என்று நிரூபிக்க அல்ல. அவரிடமும் எண்ணற்ற எளிய கிச்சுகிச்சுக்கள் உண்டு. ஆனால் அவற்றையெல்லாம் மீறி அவர் தன்னை ஒரு கலைஞனாக வெளிப்படுத்திக்கொள்ளும் தருணங்களும் நிறையவே உண்டு.

தீப்பொறி பறக்கும் மதுரை மொழியை அவர் நகைச்சுவைக்கும் பகடிக்குமானதாக மாற்றிக்காட்டினார். எளிய மனிதர்களின் குசும்புகளை, ஏமாற்றங்களை, தில்லுமுல்லுகளை நேர்த்தியாகச் சித்திரித்தார்.

“வேட்டிக்கட்டு வெயிட்டா இருந்தாத்தான் நாலுபேர் பயப்படுவான் என்று உறுதியாக நம்பும் ஒருவன் ஆரஞ்சு கலர் டவுசரில் பாதி தெரியுமளவு வேட்டியைத் தூக்கிக் கட்டிக்கொண்டு வீதியில் நடந்துபோய்ப் போலீசிடம் உதைபடுகிறான்...”

தன்னிடம் இருக்கும் பணத்தை வட்டிக்கு விட்டுப் பெரும் பணக்காரனாகிவிட ஆசைப்பட்டு நகரத்திற்கு வரும் ஒருவன் நண்பன் வீட்டில் இராத் தங்குகிறான். விடிகையில் தலைக்கு மேலே மேகங்கள் ஊர்ந்து போக வெட்ட வெளியில் கிடக்கிறான். நண்பன் பணத்தை மட்டுமல்லாது அந்த செட்–அப் வீட்டையும் பிரித்து எடுத்துப் போய்விடுகிறான்.

500 வாழைகளையும் 500 தென்னைகளையும் விளைவித்துக் கொடுத்துக்கொண்டிருந்த தன் வற்றாத கிணற்றைத் திடீரெனக் காணவில்லை என்று போலீசில் புகார் அளிக்கிறான் ஒருவன்.

தன் வினோத உடல் மொழியாலும் ஊளையைப் போன்றதொரு அழுகையாலும் குழந்தைகளின் மனதிலும் நிறைந்து நின்றார் வடிவேலு. அவருடைய வசனங்களில் பயன்படுத்தப்படும் ரிதமிக்கான வரிகள், சொற்களில் இயங்குபவன் என்கிற முறையில் என் கவனத்தை ஈர்ப்பவையாகவே இருந்திருக்கின்றன. அக்காட்சியின் வெற்றியில் அவை முக்கியப் பங்காற்றுகின்றன. அக்காட்சியை எளிதில் தேய்ந்து போகாதவண்ணம் காப்பாற்றுகின்றன.

“பங்குனி வெயில் பல்லக் காமிச்சுட்டு அடிச்சிட்டிருக்கு, பனிமூட்டம்ங்கற ...” போன்ற வசனங்களை இந்த வகையில் சேர்க்கலாம்.

வெறும் நடிப்பு என்றல்லாது பாடல், நடனம் என்று வெவ்வேறு திறமைகளோடு இயங்கியவர் வடிவேலு. அவரின் குறிப்பிட்ட ஒரு நடன அசைவைப் பிரபல நடிகர்கள் சிலர் அப்படியேயும் சற்றே மாற்றியும் தங்கள் நடனத்தில் பயன்படுத்தி உள்ளனர். தொழில்நுட்பம் பெரிதாக வளர்ந்துவிட்ட இந்நாளில் அநேக நடிகர்களும் பாடகர்களாகிவிட்டனர். வடிவேலுவும் சில முழுப்பாடல்களைப் பாடியிருக்கிறார். ஆனால் அதைவிடவும் காட்சிகளுக்கிடையே வாத்தியங்களின் துணையின்றிப் பாடிக் காட்டிய பாடல்கள் அவரது இசைலயிப்புக்குச் சான்றுகள்.

வடிவேலுவின் புகழை உச்சிக்குக் கொண்டுசென்ற ‘இம்சை அரசன் 23ஆம் புலிகேசி’யில் புலிகேசி பாத்திரம் அவருக்குச் சாதாரணமானதுதான். அவர் வழக்கமாகச் செய்வதுதான். ஆனால் நாயக வேடமேற்றிருந்த உக்கிரபுத்தன் பாத்திரம் அவருக்குச் சவாலானது. மறக்கவே முடியாத நகைச்சுவைகளின் மூலம்

பார்த்தாலே சிரிப்பை வரவழைக்கும் முகமாக மாறிப்போயிருந்த தன் முகத்தை வீரதீரங்கள் புரியும் நாயகனாகவும் மக்கள் ஏற்கும் படிச் செய்யவேண்டிய சவால் அதிலிருந்தது. வடிவேலு அதைத் திறம்படச் செய்து காண்பித்தார்.

வடிவேலுவின் வாழ்வில், ஒரு சூப்பர்ஸ்டார் தன் படத்தின் வெற்றிவிழாவின்போது "முதலில் வடிவேலு கால்ஷீட்டைத்தான் வாங்கச் சொன்னேன்" என்று வெளிப்படையாகச் சொன்ன காட்சி ஒன்று உண்டு. அவர் ஜெயக்கொடி பறந்த சினிமாத் துறையிலிருந்து யாரையும் அழைக்காமல் ஒரு ரகசிய நடவடிக்கைபோலத் தன் மகளுக்குத் திருமணம் செய்துவைத்த காட்சியும் உண்டு. இந்த இரண்டு காட்சிகளுக்கும் இடையேதான் 2011 பொதுத்தேர்தல் என்கிற காட்சி வருகிறது. திடீரென அரசியல் தெளிவு பிறந்து அந்த மகத்தான லட்சியத்தில் தானும் பங்கேற்க விரும்பி அவர் அந்தத் தேர்தலில் கர்ஜிக்கவில்லை என்பது அனைவரும் அறிந்ததே. அத்தேர்தலையொட்டி அவருக்குச் சில கணக்குகள் இருந்திருக்கும். அது பொய்த்துப்போனது குறித்து எனக்கு வருத்தமேதுமில்லை. ஆனால் ஆன்ற சுற்றமும் அருமை நட்பும் அவரிடம் சொல்லிக்கொள்ளாமல் போய்விட்டது குறித்து எனக்கு வருத்தமுண்டு. தவிர, ஒரு மனிதன் தான் விரும்பும் கட்சிக்கு ஆதரவாகப் பேசவும் இயங்கவும் உரிமையுண்டு என்றுதான் நமது ஜனநாயகமும் சொல்கிறது என்று நினைக்கிறேன்.

"ஒரு உண்மையைச் சொல்லட்டுங்களா..? யாருமே என்கிட்ட பேசுறதே இல்லண்ணே... யாரும் போன்கூடப் பண்றது இல்ல. ஆனா, அதைப் பத்தி நான் கவலைப்படல. மௌனமாக் கவனிச்சுக்கிட்டு இருக்கேன். இது ஒரு காலம். இதையும் தாண்டி வருவோம்னு இருக்கேன்" என்று வடிவேலுவே ஆதங்கப்பட்டாலும் திரை உலகம் அவரை ஒதுக்கி வைத்தாலும் சாமானிய மக்களிடம் அவர் குவித்து வைத்த புகழ் சேதாரம் ஏதுமின்றி அப்படியேதான் இருக்கிறது என்பது என் எண்ணம். அவர் இல்லை என்று சொல்லப் படுகிற இந்த இரண்டாண்டு காலம் எனக்கு அவர் இல்லாதது போன்ற உணர்வே இல்லை. தொலைக்காட்சிச் சேனல்கள் அந்தக் குறை தெரியாது பார்த்துக்கொண்டன. தவிரவும், வெறும் இரண்டு வருட இடைவெளியில் மறந்து போகக்கூடிய கலைஞனுமல்ல அவர். தமிழ்ச் சமூகம் அவரின் மீள்வருகைக்காக ரகசியமாகக் காத்திருக்கிறது என்றே தோன்றுகிறது. 'ஜகஜ்ஜால புஜபல தெனாலிராமனுக்காக' நானும் காத்திருக்கிறேன்.

பெருமாள்முருகன் கவிதைகளுடனான பயணம்

ஏழு நாவல்கள், நான்கு சிறுகதைத் தொகுதிகள், ஏழு கட்டுரைத் தொகுப்புகள், கொங்கு வட்டாரச் சொல்லகராதி என்னும் அகராதிப் பணி, பதிப்பாசிரியர் பணி, தொகுப்பாசிரியர் பணி என இவ்வளவு வேலைகளுக்கு மத்தியில் பெருமாள் முருகன் நான்கு கவிதைத் தொகுதிகளை வெளியிட்டிருக்கிறார். முதல் தொகுப்பு 1992இல் வெளிவந்த 'நிகழ் உறவு', கடைசித் தொகுப்பு 'வெள்ளிசனிபுதன் ஞாயிறு வியாழன் செவ்வாய்.' இடையே 'கோமுகி நதிக்கரைக் கூழாங்கல்', 'நீர் மிதக்கும் கண்கள்' என்று இரண்டு தொகுப்புகள் உண்டு.

பாசத்தளைகளால் என்னைக் கட்டாதே/ ஐம்பொறியடக்கி / நாற்காலிக்குள் அமிழ்ந்து / நாட்களை ரணமாக்கி / தேய்ந்து / விரக்திக் கூன் சுமக்க என்னால் முடியாது / சுற்றிலும் எரிகையில் / காலுக்குள் தலைமாட்டி / சுவருக்குள் புதையும் வாழ்க்கை / உன்னோடு போகட்டும் போ /...

எனச் சமூக அவலங்களுக்கெதிரான தார்மீக ஆக்ரோஷத்துடன் துவங்கும் இவரின் பயணம், உறவுகளுக்கிடையேயான காதலும் சிடுக்கும், இயற்கையுடனான லயிப்பு, அது அழிக்கப்படுவது குறித்தான கவலை, குழந்தை உலகத்துடனான உசாவல், அதிகாரத்திற்கெதிரான கேலி, நவீன வாழ்வின் கோணலான வளர்ச்சியைக் காணும் பீதி, மனித மனத்தின் இருண்ட பிரதேசங்களை எட்டி நோக்குதல் எனத் தொடர்கிறது. "தக்காளி...வெண்ட... கீரேய்..." எனத் தலைச்சுமை தூக்கும் கீரைக்காரிகள்

துவங்கி, "உணவு இடைவேளையில் சிமிட்டிச் சிலை போல் மணல்மேல் படுத்திருக்கும் சித்தாள் பெண்" வரையும், எளிய மனிதர்களின் மீதான பரிவு முதல் தொகுப்பிலிருந்து அண்மைய தொகுப்புவரை தொடர்ந்து வருகிறது.

கவிதை என்பது வேற்றுக் கிரகத்திலிருந்து சொற்கூட்டங்களைக் கட்டி இழுத்து வருவதல்ல... அது சுயானுபவத்தை ஒட்டிய தேடலின் விளைவே என்பதை முதல் தொகுப்பான நிகழ் உறவிலேயே உணர்ந்து கொண்டவராக இவர் இருக்கிறார்.

சாதி அமைப்பு குறித்துத் தொடர்ந்து அக்கறையுடனும், கவலையுடனும் பேசிவருபவராக இருக்கிறார் பெ. முருகன். அவருடைய படைப்புகளில் தொடர்ந்து சாதியத்தின் மோசமான தருணங்களைப் பதிவாக்கி வருகிறார். சமீபத்தில்கூட வெவ்வேறு சாதியைச் சேர்ந்த 32 பேர்களை அவர்களுக்கும் சாதிக்குமான உறவை எழுத வைத்து அதைச் 'சாதியும் நானும்' என்கிற தலைப்பில் தொகுப்பாக்கியிருக்கிறார். ஆனாலும் சாதி குறித்த உள்ளீடற்ற வெற்றுக் கோஷங்கள் எதையும் இவர் முன்வைப்பதில்லை. தன் அப்பிச்சியின் பெயரை எழுத நேரும் காலத்தில்கூட அவர் எப்படித் தன் பெயரை எழுதிக்கொண்டாரோ அது போலவே சாதிப் பின்னொட்டுடன்தான் எழுதுகிறார். நான் என் தாத்தாவின் பெயரை எழுத நேர்ந்த காலத்தில் கவனமாகப் பின்னொட்டை நீக்கிப் புரட்சி நிகழ்த்தியது நினைவிருக்கிறது. வேலுமயில் தேவரை, வேலுமயில் ஆக்கிவிட்டால் இங்கு எதுவும் மாறிவிடாது என்பதைப் புரிந்துகொள்ள எனக்குச் சில காலங்கள் ஆனது. இன்று ரமேஸ்தேவர்களும், சுரேஸ்தேவர்களும் பீதியூட்டும்படி அரும்பு மீசையுடன் ஃபிளக்ஸ்களில் சிரித்துக் கொண்டிருக்கிறார்கள். சாதியம் எனும் இழிவில் தானும் ஒரு தவிர்க்க இயலாத பகுதியாக இருக்க நேர்வதை உணர்ந்துகொள்வதும், அதை வெளிப்படையாக ஒத்துக்கொள்வதும்தான் எல்லாச் சீர்திருத்தங்களுக்குமான முதல் படியாக இருக்க முடியும். அந்த நேர்மையைத் தொடர்ந்து கைக்கொண்டு வருபவராக இவர் இருக்கிறார். புரட்சிகர அமைப்பு களில் காத்திரமாகக் களப்பணியாற்றிக் கொண்டிருந்த காலத்திலும் கவிதைக்காகத் தன்னை ஒரு தலித்தாகப் புனைந்துகொள்ளும் வஞ்சகத்தை அவர் செய்திருக்கவில்லை. அன்றும் அவர் ஒரு சாதி இந்துவாகத்தான் வெற்றுடம்புகளின் முன் "விசேஷ நாற்காலி"யில் அமர்ந்திருக்கிறார். 'விஷ நிழல்கள்' கவிதையில் ஒரு தலித் வீட்டுத் திருமண விருந்தில் தனக்கு மட்டும் விசேஷமாகக் கடையிலிருந்து ஒரு பொட்டலம் வாங்கி நீட்டப்படுகையில் குற்றவுணர்வில் கூனிக் குறுகுகிறார். இன்றைய கவிதை லட்சியங்களின் பக்கம் சாய விரும்புவதில்லை. அது உண்மையின் பக்கமே சாய விரும்பு கிறது. நாம்தான் அந்த உண்மையின் துணையுடன் லட்சியங்களை நோக்கிச் செல்ல வேண்டும்.

இசை

> சாதி என் தோலாக இருக்கிறது
> சிறுசிராய்ப்பும் வலிதான்
> வேலியின் மீது
> உரித்து உதறிய
> பாம்புச்சட்டை
> நைந்து உதிர்வதையே பார்த்துக்கொண்டிருக்கிறேன்.

('வெள்ளிசனிபுதன் ஞாயிறுவியாழன்செவ்வாய்' பக். 87)

என்கிறது 'பாம்புச்சட்டை' என்கிற கவிதை.

அதிகாரத்தைத் தொடர்ந்து கூர்நோக்கும் இவரின் கவிதைகள் அதன் வெவ்வேறு ரூபங்களை நம்முன் வைக்கின்றன. அதிகாரத்தை உடைத்தெறியச் சொல்பவனின் மனத்துள் ஒளிந்திருக்கும் அதிகார இச்சையையும் இவை எட்டிப்பார்த்து விடுகின்றன.

கடவுளின் பீடம் காலியாகி அவர் எழுந்து ஓடியபின், காலியாக இருக்கிற பீடத்தைக் காணும் மனம் சற்றுக் குழம்பிவிடுகிறது.

> ……………………
> ……………………
> என்னுள்ளே இரு குரல்கள்
> ஒன்று: உடைத்தெறி உடைத்தெறி
> பீடத்தை உடைத்தெறி
> இரண்டு: தருணமிது தருணமிது
> ஏறி உட்கார்ந்து கொள்.

('கோமுகி நதிக்கரை கூழாங்கல்', பக். 27)

உறவுகளிடையேயான அன்பு, பிணக்கு, அது தரும் மகிழ்ச்சி, அதன் பிரிவில் நேரும் கடும்துக்கம் என உறவுகளின் குறுக்கே நடமாடும் கவிதைகள் பலவற்றையும் 'கோமுகி நதிக்கரைக் கூழாங்கல்' தொகுப்பில் காணமுடிகிறது. 'ஒரு அழகின் சிரிப்பு எல்லாவற்றையும் சரியாக்கி விடும் என்றவர் நம்புகிறார்.' "நீயற்ற நாளின் காலை வெட்டுப்பட்ட கால்களை இழுத்து நகர்கிறது" என்றவர் பிரிவாற்றாது கண்ணீர் சிந்துகிறார்.

உறவுகளின் வெதுவெதுப்பில் ஒண்ட விரும்பும் மனத்துள் விடுதலையின் ஏகாந்தத்திற்கான ஆசையும் அவ்வப்போது துளிர் விட்டு அடங்கிவிடுகிறது. அதற்குத் தெரிந்திருக்கிறது, நமக்கு வாய்த்திருக்கிற இந்த வாழ்க்கையை விட்டுவிட்டு எங்கேயும் ஓடிவிட முடியாதென. அப்படி எங்கேனும் தப்பி ஓடும் பட்சத்திலும் அந்த ஓட்டம் எவ்வளவு தூரம் போகுமென. வீட்டின் கல்லும் மண்ணும் நம் இரத்தத்தில் ஓடிக்கொண்டிருக்கின்றன. அது நம்மை விடவே விடாது. எனவேதான் பெ. முருகன் எப்போதோ மலையேறி, எப்போதோ மலையிறங்கும் வெள்ளாட்டுக் குட்டியை வாஞ்சையோடு நோக்குகிறார். அவரது மலை அவரது அலுவலக ஜன்னல் அளவிற்குச் சிறுத்துப் போய்க் கிடக்கிறது.

லைட்டா பொறாமைப்படும் கலைஞன்

மலையைக் கடந்து போகிறேன் தினமும்
ஒளியும் தார்ச்சாலை மீதான கவனத்தில்
தரையிலிருந்து விரியும் மலைப்பரப்பை
அண்ணாந்து பார்க்க முடிந்ததில்லை

அடிவாரத்தில் உள்ள
என் அலுவலக ஜன்னல் அளவில்
நாளெல்லாம் பார்த்துக்கொண்டிருக்கிறேன்.
பாறை பற்றியேறும்
பிரண்டைக் கொடியாய்
வெள்ளாட்டுக் குட்டியொன்று
அன்றாடம் மேலேறிச் செல்கிறது
. . . .
. . . .

('சந்நியாசி கரடு' 'வெள்ளிசனிபுதன் ஞாயிறுவியாழன்செவ்வாய்'
பக். 86)

. . . .
வீடு என்னைத் தாங்கியிருக்கவில்லை
எப்போதும் வீட்டை நானே சுமக்கிறேன்

என்கிறது 'வீட்டைத் தொலைத்தல்' கவிதை.

'நீர்மிதக்கும் கண்கள்' தொகுப்பில் ஒரு விளையாட்டுப் பிள்ளையின் பாவனையுடன் ஒளிந்துகொண்டிருக்கிறது 'கடைசி ராமசாமி' என்கிற கவிதை. இக்கவிதையின் முற்பகுதியில் இருக்கிற 'கதைகூறல்' முறை எனக்கு உவப்பானதில்லை எனும்போதும் இக்கவிதை முக்கியமானதென்றே படுகிறது. கவிதையின் கடைசி வரி இப்படி முடிகிறது:

எல்லா ராமசாமிகளும் போய்விட்டார்கள்
இப்போது ராமசாமி என்று யாருமில்லை.

'கடைசி ராமசாமி' என்கிற தலைப்பு வரியில் இந்த வாழ்விலிருந்து சென்று மறைந்த எல்லா "கடைசிகளையும்" நாம் போட்டுப் பார்த்துக்கொள்ளலாம். கடைசிகள் எவ்வளவு பெரிய காலத்தையும் வரலாற்றையும் சுமந்து கொண்டு நம்மை விட்டுப் போகின்றன. பெற்றோர்கள் தம் பிள்ளைகளுக்கு "பிரபாகரன்" என்று பெயர் சூட்டி மகிழ்ந்த காலம் ஒன்று இங்கிருந்திருந்தது. 'கடைசி பிரபாகரன்' என்று இக்கவிதையை வாசிக்கையில் மூண்டெழும் துக்கம் ஆகக் கொடியது.

அழைப்பு, கூடுபாய்தல், விடுபடல், சாமந்தியும் செவ்வந்தியும், சிறுஅறை, ஈர இரவுகள், அம்மாவுக்கு ஒன்றும் தெரியவில்லை, காளி ஆகிய கவிதைகள் வெவ்வேறு காரணங்களால் என் கவனத்தை ஈர்ப்பவையாக இருக்கின்றன.

இலக்கிய வடிவங்களிலேயே "வலிய அகத்தூண்டலை"க் கோரி நிற்பது கவிதைதான் என்பது என் எண்ணம். பெருமாள்

முருகனின் சில கவிதைகள் எளிய தூண்டுதல்களை நம்பி எழுதப்பட்டிருக்கின்றன. ஆனால் இந்த எளிய தூண்டுதல்களுக்குப் பலியாகாமல் தப்பிச் செல்வதென்பது அவ்வளவு சுலபமல்ல. இதனால்தான் பிரமாதம் என்று நமக்கு நாமே சிலாகித்துக் கொள்ளும் சில கவிதைகளைக் கொஞ்சநாள் கழித்து நாமே கிழித்துப் போட்டு விடுகிறோம். கவிதையுடன் ஆடும் இந்த பகடையாட்டத்தில் சமயங்களில் நமக்குத் தோல்வி கிடைப்பினும் இந்த மர்மம்தான் கவிதையின் தீரா இளமையைக் காத்து நிற்கிறது. நாமும் கவிதையும் மாறி மாறி வெட்டிக்கொள்வதில்தான் ஆட்டம் சூடு பிடிக்கிறது. நாம் கவிதையை நோக்கி மேலும் மூர்க்கத்துடன் முன்னேறுகிறோம்.

இவர் வெவ்வேறு வடிவங்களில் இயங்கக்கூடியவராக இருக்கிறார். எனவே ஒன்றில் மற்றொன்றின் தாக்கம் நிகழ்வதைத் தவிர்க்க இயலாதுதான். என்னளவில் பெருமாள் முருகன் என்கிற புனைகதையாளர் கவிதைக்குள், அதன் "காட்சி விவரிப்பின்" துல்லியத்தைக் கூட்டுவதில் சாதகமாகவும் பெருமாள் முருகன் என்கிற கட்டுரையாளர் கவிதையின் மௌனத்தில் இடையூறு நிகழ்த்தி எதையும் மிச்சம் வைக்காது பேசிவிடுவதில் பாதகமாகவும் செயல்பட்டிருக்கிறார்கள் என்று சொல்வேன்.

சில ஆரம்பகாலக் கவிதைகளில் சுயானுபவத்தை அப்படியே கவித்துவ மொழியில் பதிவாக்கியிருப்பதாகவும் தற்காலக் கவிதைகள் பலவும் அனுபவத்தின் நிழல்களைத் தவற விடாது அதைப் "பொதுவாக்கி" எழுதியிருப்பதாகவும் தோன்றுகிறது. இந்த பொதுவாக்கலில்தான் வெவ்வேறு விஷயங்கள் கவிதைக்குள் வந்து சேரும். இங்குதான் வாசகன் தன் கவிதையை வாசிக்கத் துவங்குகிறான். அப்பட்டமான சுயத்தின் உணர்வுவயப்பட்ட பதிவாக இருக்கிற கவிதைகளைவிட அதை நுட்பமாகப் பொதுவாக்கியிருக்கிற கவிதைகள் எனக்குப் பிடித்திருக்கின்றன. இந்த வகையில் வருகிற 'காளி' கவிதை எனது வாசிப்பில் வெவ்வேறு அர்த்தத் தளங்களைச் சென்று தொடுகிறது. இதை நிகழ்காலத்தின் கவிதை என்று சொல்வேன்.

காளி

குத்தி உருவிய குடல்
மாலை அணிந்தபின்
கண்ணாடி பார்க்கிறாள்
காளி.

('வெள்ளிசனிபுதன் ஞாயிறுவியாழன்செவ்வாய்', பக். 65)

கண்ணாடி பார்ப்பவள் ஒருக்காலும் காளியாக இருக்க முடியாது. காளியின் அழகே கலைந்திருப்பதுதான். உன் புரட்சி,

வீராவேசம், நீதியுணர்ச்சி, தார்மீகச் சீற்றம் எல்லாம் எதுவரை தம்பி? என்று இக்கவிதை என்னைப் பார்த்துக் கேட்கிறது. "பொன்னுலகு காணும்வரை" என்று என்னால் சொல்ல முடிய வில்லை. அவ்வப்போது எழுந்து காளி போல் ஆடிவிட்டு பிறகு சாந்தசொரூபியாகிவிடுகிறது நம் நீதியுணர்ச்சி.

பிறவடிவங்களில் இவர் ஆற்றியிருக்கும் மெச்சத்தகுந்த பங்களிப்புகளோடு ஒப்பிடுகையில் கவிதையில் செய்திருப்பது சற்றுக் குறைவுதான் என்றாலும் இவர் செய்து முடித்திருக்கிற வேலைகளின்முன் நிச்சயம் இது ஒரு தகுதிக் குறைவல்ல.

இது கவிதைக்குப் போதாத காலம். இலக்கியத் திருவுருக்கள் கவிதையைச் சந்தேகிக்கிற இத்தருணத்தில் பெ. முருகன் எழுதி யிருக்கிற ஒரு முன்னுரையின் வரிகள் கவிஞனையும் கவிதை வாசகனையும் ஆற்றுப்படுத்துவதாக உள்ளன.

"மொழியின் ஆதிப்படைப்பு கவிதை என்பது போலவே என் படைப்புகளின் ஆதி வடிவம் கவிதை. எதுவும் முதலில் கவிதை யாகவே எனக்குள் உருக்கொள்கிறது. வேலியேறிப் படரும் கொடி போலப் பின்னர் அதுவே தனக்குரிய வடிவத்தைத் தேர்ந்து கொள்கிறது. கவிதையாக நிலைப்படுவன சிலவே. அவையே எனக்குப் பேருவகை தருகின்றன."

கவித்துவம் என்பதைத்தான் பெருமாள்முருகன் கவிதை என்ற சொல்லால் குறிப்பிடுகிறார் என்றே வைத்துக்கொண்டாலும் கவிதைக்கும் கவித்துவத்திற்குமாவது ஏதேனும் தொடர்பிருக்கிறதா என்பதை 'ஆச்சாரியார்' விளக்க வேண்டும்? ஒரு கவிஞனுக்கு எழுத்தாளன் மீதிருக்கும் மலைப்பும், எழுத்தாளனுக்குக் கவிஞனின் எளிய இரண்டு வரிகளின் மீதிருக்கும் எள்ளலும் பயமும் நீடு வாழட்டும்!

கவிதையின்மேல் இவ்வளவு வாஞ்சையும் மதிப்பும் வைத்திருக்கிற பெருமாள்முருகன் தொடர்ந்து கவிதைகள் எழுத வேண்டும். அவை வெறும் வரிக்கணக்கல்ல என்பதை அவர் அறியாதவரல்ல.

(பெருமாள்முருகனுக்கு 'விளக்கு' விருது வழங்கப்பட்ட நிகழ்வில் வாசிக்கப்பட்ட கட்டுரை)

திருடன் மணியன் பிள்ளையும் திருடர் சத்தியமூர்த்தியும்

இந்தப் புத்தகத்தைப் படிக்கவும் இது குறித்து எழுதவும் அடிப்படைத் தகுதியொன்று அவசியம் என்று நினைக்கிறேன். அது தானும் ஒரு வகையில் திருடன்தான் என்கிற புரிந்துணர்வே. சமூகக் கட்டுப்பாட்டைக் குலைக்கும் திருட்டு என்கிற குற்றம் தண்டனைக்குரியதாகிறது. இதுபோலவே சமூகம் உருவாக்கி வைத்திருக்கிற ஒழுங்குகளைக் குலைக்கிற பலவும் தண்டனைக்குரிய குற்றங்களே என்பதை நாம் நினைவில் வைத்துக்கொள்ள வேண்டும். திருடர்கள் "க்ளவுஸ்" அணிந்துகொள்ளும் போதும் எங்கேனும் ஓரிடத்தில் தன் கைரேகையைத் தவற விட்டுவிடுகிறார்கள். ஆனால் வெடிகுண்டைச் சத்தமில்லாமல் வெடிக்க வைப்பதில் சமத்தர்களான நாம் வெகு நிதானமாக, வெகு நுட்பமாக, தேர்ந்த கைகளால் குற்றங்களைச் செய்கிறோம். தனிமையில் நம் சிந்தை அடிக்கிற கூத்துக்களை நாமே அறிவோம் என்கிறபடியால் நாம் மணியன்பிள்ளைக்குச் சற்றும் சளைத்தவர்களில்லை.

இந்தப் புத்தகமெங்கும் விரவிக்கிடக்கும் துர்சாகசங்களும் கேடுகெட்ட செயல்களும் நம்மை விட்டு எங்கோ தூரத்தில் இல்லை. "நாம் கொஞ்சம் துணிந்திருந்தால் செய்திருக்கக் கூடிய அற்பத்தனங்கள்" தான் இவை. மணியன்பிள்ளை நினைத்ததை முடித்தவர்... நாம் நினைத்து நினைத்து ஏங்குபவர்கள். ஒரு வகையில் திருடர்கள் அப்பாவிகள் தான். பிள்ளை சொல்கிறார்:

“வக்கிரமான அறிவுள்ளவர்கள் வேறு வழிகளில் பணம் சம்பாதிக்கிறார்கள். திருடன் நேரடியாகத் திருடுவதன் மூலம் தன் அறியாமையைக் காட்டுகிறான். இருட்டில் வீட்டுக்குள் நுழைந்து பணத்தைத் திருடிக்கொண்டு ஓடும் முட்டாள்தனம் அறியாமைதானே?” (பக்: 125)

எண்ணற்ற திருட்டுகளில் ஈடுபட்ட, பல முறை சிறைசென்று திரும்பிய ஒருவரின் வரலாறு என்பதால் இது மிகவும் சுவாரஸ்யமானது. சாகசங்களால் நிறைக்கப்பட்டது. ஜனரஞ்சகமானது என்றுகூடச் சொல்லலாம். ஆனால் இதன் ஜனரஞ்சகத் தன்மையையும் மீறி இதை ஒரு இலக்கியப் பிரதியாக்குவது ஓயாது திருடிக்கொண்டிருந்தபோதும் அவரை விடாது துன்புறுத்திக் கொண்டிருந்த குற்றவுணர்ச்சியும் அபூர்வமான சில தருணங்களில் குலையாத மனஉறுதியுடன் அவர் நீதியின் பக்கம் நின்றதும்தான். கும்மிருட்டின் பாதையில் திடீரென மின்னி மறையும் ஒரு சின்ன ஒளிக்கீற்று நம்மை ரொம்பவும் வசீகரித்து விடுகிறது.

இந்த வரலாற்றை எழுத்தாக்கியிருப்பவர் இந்துகோபன். என்னளவில் இது மணியன்பிள்ளையும் இந்துகோபனும் சேர்ந்து எழுதியிருக்கும் “சற்றே மேம்படுத்தப்பட்ட” மணியன்பிள்ளையின் தன் வரலாறு. பிள்ளை சொல்லும் சம்பவங்களுக்குப் பின்னிருக்கும் வாழ்வியல் உண்மைகளை நோக்கி – நாம் அறியாத அல்லது அறியாதது போல் பாசாங்கிக்கும் உண்மைகள் – தன் எழுத்தை நகர்த்திச் செல்கிறார் இந்துகோபன். கச்சிதமும் கலாநேர்த்தியும் நுட்பமான பார்வையும் கூடிய இவரது எழுத்துமுறை ஒரு புனைவின் மயக்கத்துடன் கட்டமைக்கப்பட்டிருக்கிறது. வரலாறு கூட நேர்வரிசையில் அல்லாமல் கலைத்தே அடுக்கப்பட்டிருக்கிறது.

ஜனித்த இடத்திலேயே மொத்த வாழ்வையும் வாழ்ந்து தீர்த்து, அங்கேயே ஒரு ஆறடி நிலத்தைக் கேட்டு வாங்கி உறங்கிக் கொண்டிருக்கும் ஒரு சாமனியனின் வாழ்வல்ல பிள்ளையின் வாழ்வென்பதால் இதில் வெவ்வேறு மனிதர்களுடைய வரலாறும் வெவ்வேறு காலத்தினுடைய வரலாறும் இயல்பாகவே கலந்திருக்கிறது. மிடுக்காக உடுத்தியிருக்கும் இச்சமூகத்தின் சொறிப்புண்களைப் பார்வைக்கு வைக்கிறது இந்தப் புத்தகம். ஜெயில் வாழ்க்கையைக் குறித்து எழுதிச்செல்லும் மணியன் பிள்ளை எழுதுகிறார்:

“பிரபல நக்சலைட் ஓமனக்குட்டிப்பிள்ளை எங்கள் ஊர்க் காரர்தான். நல்ல அறிவும் அரசியல் தெளிவும் உள்ளவர். நான் கொல்லம் சப் ஜெயிலில் இருக்கும்போது ‘அவசர நிலை’க் கைதிகள் பலரைக் கொண்டுவந்து அவமானப்படுத்தும் நோக்கத்துடன் நிர்வாணமாக அடைத்து வைத்தார்கள். அவர்கள் கோஷம் முழக்கியபடியே அவமானத்தை மறந்தார்கள். வெளியே தரையில்

சாக்குத்துணியை விரித்துப் படுத்திருந்த நான் சாக்கையும் துணியையும் எறிந்து கொடுத்தேன். நாடே கொந்தளித்துக் கிடக்கும் போது ஒருவர் மட்டும் அதை உடுத்துவாரா என்ன?" (பக். 545)

"கைதிகளிடம் வெளிப்படும் பாலியல் ஆர்வம் சிலரிடம் தீவிரமாகச் செயலாற்றும். ஜெயிலில் ஏதோ தேவைக்காக வந்த ஒரு அழகான இளம்பெண்ணின் பாதம்பட்ட மண்ணெடுத்து ஒரு நேர சுய இன்பத்துக்குத் தூண்டுதலாக வைத்துக்கொண்ட ஒரு கைதியும் உண்டு." (பக். 447)

திருடப்போன இடத்தில் தன்னைப் பார்த்துப் பயத்தில் உறைந்துபோய் நிற்கும் மூதாட்டியிடம் "பயப்படாதீர்கள் அம்மா. நான் போய்விடுகிறேன்" என்று சொல்லிவிட்டு வந்தவழியே திரும்பி, மதில்சுவரில் சாய்ந்துகொண்டு அழும் மணியன் பிள்ளையில் துவங்கி, உறக்கத்தில் இருக்கும் தங்கவர்ண அழகியின் அழகில் மயங்கி அவள் கழுத்தில் கத்தியை வைத்துப் புணரும் மணியன்பிள்ளை வரை பெண்களுடனான பிள்ளையின் உறவு புதிரானதாகவே இருக்கிறது. அவர் சில பெண்களை வஞ்சித்திருக்கிறார். சில வாய்ப்புகளை உறுதியாக நிராகரித்திருக்கிறார். குடும்பம் என்கிற அமைப்பில் வதையுறும் பெண்களின்மீதான அவரின் கரிசனம் விந்தையானதாக இருக்கிறது. சொல்லத் தனக்குத் தகுதியில்லை என்பதை அவரே ஒப்புக்கொண்டாலும் சொல்லிய சொல்லில் குற்றமொன்றுமில்லை.

"இதிலிருந்து ஒன்றைப் புரிந்துகொள்ள வேண்டும். கேரளத்தில் வீடுகளுக்குள் புகுந்து திருடுவது அவ்வளவு எளிதான விஷயம் கிடையாது. இரவுகளை வேதனையில் கழிக்கும் ஏராளமான பெண்களைக் கொண்ட ஒரு நாடு இது. நான் புரிந்துகொண்டிருக்கிற வரையில் உடல் தேவையை நிறைவு செய்தபின் இயல்பாகவே எதையோ இழந்துவிட்டதான ஒரு உணர்வு தோன்றுகிறது. இதன் பிரதிபலிப்பு பல்வேறுவிதமாக வெளிப்படுகிறது. சில மனங்கள் தன் இணையை மனோரீதியாகத் துன்புறுத்த நினைக்கின்றன. சிலர் கெட்ட வார்த்தைகளைப் பயன்படுத்துகிறார்கள். பாலியல் தாக்குதலுக்குப் பிந்தைய வன்முறைதான் இம்மனோபாவத்தின் உச்சநிலை. முத்தத்தில் துவங்கி முத்தத்தில் முடியும் உறவு மிகவும் அபூர்வமாகவே வாய்க்கிறது." (பக். 412)

ஆமாம் . . . "பாலியல் தாக்குதல்" பாலியல் உறவல்ல . . . அவன் எதோ ஒரு நடிகையின் மார்பைப் பிசைந்துகொண்டிருக்க, அவள் பருவத்தில் தான் தவறவிட்ட, எங்கோ இருக்கும் தன் காதலனுக்கு உடலைக் கொடுத்துப் படுத்திருக்கிறாள். ஒரு முத்தம்கூடத் தராமல் ஒன்பது பிள்ளைகளைப் பெற்றுப் போடும் பொன்னான வாழ்வு நம் வாழ்வு.

நல்லவர்களும் கெட்டவர்களும் சுமாரான நல்லவர்களும் சுமாரான கெட்டவர்களும் கொடிய பாவிகளும் நீதியின் நிமித்தம் துன்பப்படுபவர்களும் காணக்கிடைக்கிற இப்புத்தகத்தில் சில விசித்திரர்களும் தென்படுகிறார்கள்.

திருட்டு நடந்துவிட்டது… போலீஸ் துப்பு துலக்குகிறது… திருட்டு நடந்த அன்று பலமான இடியும் மழையும் என்று தெரிய வந்ததால், பிடி… அந்தக் "கார்காலத் திருடனை" என்று பிடித்துவிடுமாம். கடலுக்குப் போய் மீன் பிடித்து வாழ்கிற அவருக்கு மின்னல் வெட்டி இடி இடித்துவிட்டால் மனதில் சஞ்சலம் பிறந்துவிடுகிறது. அவர் பிள்ளையிடம் சொல்கிறார்:

"நான் திருடுவதற்கான காரணம் மீன் கிடைக்காமல் அல்ல. பணம் சம்பாதிக்க வேற என்னென்னவோ வழிகள் இருக்கு… இதுக்கான காரணத்தை எப்படிச் சொல்லிப் புரிய வைக்கறதுன்னு எனக்குத் தெரியல… அது… அதை ஒரு ரசனைன்னு சொல்லலாம். பயங்கரமான இடியும் மின்னலுமுள்ள மழைக்காலத்தில் எந்தக் கவலையுமில்லாம மூடிப் போர்த்திட்டுத் தூங்குறவங்களைப் பார்க்க அழகாக இருக்கும். மனப்பொருத்தமில்லாத கணவன் மனைவிகூட கட்டிப்பிடிச்சித் தூங்குவாங்க. மழைக்காலமுங்கறது அன்பின் ஒருமாத காலம். இதையெல்லாம் நான் உங்கிட்ட சொல்றதுக்கான காரணம், உன்னால இதைப் புரிஞ்சுக்க முடியுங்குறதுதான். போலீசுக்குக் கலாரசனையே கிடையாது." (பக். 503)

இந்தப் புத்தகத்திலிருந்து கலையுடன் தொடர்புடைய வேறொரு கூற்றும் நினைவுக்கு வருகிறது.

"கலைஞனின் மனவோட்டத்தை முன்னரே கணித்து விடுவதென்பது இயலாத விசயம். அவனது குணம் இயல்புக்கு மாறான , வேறுபட்ட பல நுட்பங்களும் சிக்கல்களும் முரண்களும் கொண்டதாக இருக்கும். குற்றவாசனைக்கான காரணமும் இதுதான். கவிஞனுக்குக் கவி மோட்சமில்லாதது போன்ற ஒரு பிணைப்பு இதிலுமிருக்கிறது. இது திருடனிடமும் மோசடிக்காரனிடமும் பிக்பாக்கெட்காரனிடமும் குற்றவாசனையாகக் கிடக்கிறது. இது தூண்டுதலடையும்போது அவன் திருடுகிறான்." (பக். 433)

"கவிஞனுக்குக் கவிமோட்சமில்லாதது போன்ற. . ." என்கிற வரியை, கவிதை குறித்தான எனது சில வரிகளோடு ஒட்டி வைத்துப் பார்க்கையில் வியப்பு மேலிட்டது. . .

"100 கவிதை எழுதத் தெரிந்தவனுக்கு 101ஆவது கவிதையை எழுதத் தெரிவதில்லை…"

“இதனால்தான் பிரமாதம் என்று நமக்கு நாமே சிலாகித்துக் கொள்ளும் சில கவிதைகளைக் கொஞ்சநாள் கழித்து நாமே கிழித்துப் போட்டு விடுகிறோம். கவிதையுடன் ஆடும் இந்த பகடையாட்டத்தில் சமயங்களில் நமக்குத் தோல்வி கிடைப்பினும் இந்த மர்மம்தான் கவிதையின் தீரா இளமையைக் காத்து நிற்கிறது. நாமும் கவிதையும் மாறி மாறி வெட்டிக்கொள்வதில்தான் ஆட்டம் சூடு பிடிக்கிறது. நாம் கவிதையை நோக்கி மேலும் மூர்க்கத்துடன் முன்னேறப் பார்க்கிறோம்.”

இந்த மாறி மாறி வெட்டிக்கொள்வதென்பது திருட்டுக்கும் கவிதைக்கும் பொதுவோ என்னவோ?

சுமார் இரண்டாயிரம் ஆண்டுகளுக்கு முன்பாக எழுதப் பட்ட சிலப்பதிகாரத்தில் கள்வர்கள் பற்றிய குறிப்புகள் காணக் கிடைக்கின்றன.

மந்திரம், தெய்வம், மருந்தே, நிமித்தம்
தந்திரம், இடனே, காலம், கருவி என்று
எட்டுடன் அன்றே – இழுக்கு உடை மரபின்
கட்டு உண் மாக்கள் துணை எனத் திரிவது?

என்கிறது சிலம்பு.

அதாவது மந்திரம், தெய்வம், மருந்து, நிமித்தம், தந்திரம், இடம், காலம், கருவி ஆகிய எட்டையும் கள்வரின் துணைகள் என்கிறது அது. இன்று எழுதப்பட்டிருக்கிற இத்திருடனின் சரிதத்திலும் இந்தக் ‘கள்வரின் துணைகள்’ இயல்பாகவே பயின்று வந்திருப்பதைப் பார்க்க முடிகிறது.

மேலும் ஒரு அதிதீர சண்டைக்காட்சியையும் சிலம்பு காட்டுகிறது. திருட்டின்போது திருடனுக்கும் ஓர் இளவரசனுக்கும் இடையே சண்டை மூண்டு விடுகிறது. இளவரசன் தன் உடை வாளை உருவுகிறான். பதிலுக்குத் திருடன் வாள் எதையும் எடுக்க வில்லை. அந்த வாளின் உறையை மட்டும் இளவரசனிடமிருந்து பறித்துக்கொண்டு, அவன் வாள் வீசும் போதெல்லாம் உறையை அந்த வாளினுள் திணித்துத் தப்பி மறைகிறான் திருடன்.

திருடனின்மேல் அன்று ஏற்றப்பட்ட மாயமும் தீரமும் கலந்த சாகச பாவம் இன்றுவரை தொடர்ந்து வருகிறது. நம் வீட்டில் நிகழாதவரை நாமும் அச்சாகசங்களை ரசிப்பவர்களாகவே இருக்கிறோம். நாயகர்கள் கொள்ளைக்காரனாக நடித்த அனேக திரைப்படங்களை நாம் வெள்ளிவிழா கொண்டாட வைத்திருக்கிறோம். அவன் அந்தப் பணத்தில் சின்னதாக ஒரு அனாதை விடுதி கட்டயிருக்க வேண்டும் என்பதுதான் நமது ஒரே நிபந்தனை.

சிலர் தன்னுடைய 16ஆவது வயதில் பேப்பரையும் பேனாவையும் எடுத்து வைத்துக்கொண்டு தன் வாழ்வை வரையத் துவங்குகிறார்கள். தன் ஆயுளையும் அவர்களே முடிவு செய்து கொள்கிறார்கள். சாவதுவரை தன் வாழ்வு எத்திசையில் பயணிக்க வேண்டுமென்பதை அவர்கள் கடவுளுக்கு வரைந்து காட்டுகிறார்கள். கடவுளும் மறுபேச்சுப் பேசாமல் அவர்களது பாதையைச் செம்மை செய்து வைக்கிறார். ஆனால் வேறு சிலருக்கோ ஒரு துண்டுக்கோடு வரையவும் உரிமையில்லை. அவர்கள் கதறித்துடித்துக் கடவுளை நோக்கிக் கையை உயர்த்துகையில் கடவுள் அவரது கைகளை வேறெங்கோ உயர்த்துகிறார். இத் தொகுப்பு முழுக்க பிள்ளை விதி விதியென்று புலம்புகிறார். அவர் வாயிலிருந்து வருவதால் விதியை நாம் நம்பியாக வேண்டியிருக்கிறது.

“கடவுளின் கையில்தான் நம்முடைய ஒவ்வொரு அசைவுமிருக் கிறது. அவனுடைய லீலாவினோதங்களை நாம் வாழ்க்கையாக வாழ்ந்து தீர்க்கிறோம்.” (பக். 571)

590 பக்கங்கள் கொண்ட இந்தப் புத்தகத்தில் மகத்தான வரிகள் நிறையவே உள்ளன. கட்டாயம் 365 தேறும். பொன்மொழிகளைக் கோத்து ஒரு காலண்டர் செய்வதுபோல் இந்த வரிகளைக் கோத்து ஒரு காலண்டர் தயாரிக்கலாம். ஒரு தாளைக்கூட எளிதில் கிழித்தெறிந்துவிட முடியாத காலண்டராக அது இருக்கும். ஆகஸ்ட் 15, ஜனவரி 26, டிசம்பர் 6 போன்ற நல்லநாள் கெட்டநாட்களில் அச்சிடப் பொருத்தமான வரிகள் இதில் உண்டு. அவ்வப்போது கொஞ்சம் “காற்று வாங்கிக்கொள்வதின்” மூலம் பிழைத்துக்கிடக்கிற என் பிறந்தநாளிற்கான பொருத்தமான வாசகத்தை நான் தெரிவு செய்துவிட்டேன்:

“கடவுளுக்குப் பூமியில் ஒரு பிரதிபிம்பம் உண்டென்றால் அது காற்று மட்டும்தான்.” (பக். 138)

யூசப் இடறாத இணக்கமானதொரு தேர்ந்த மொழியில் இந்நூலைப் பெயர்த்திருக்கிறார். நூலின் சில வரிகளை வாசிக்கையில் இது மலையாள மூலத்தில் எப்படி இருந்தது என்று கேட்டறியும் ஆவல் எழுந்தது.

அவசியம் வாசிக்கவேண்டிய புத்தகம். உறுதியாக இதை சம்பிரதாயமான முடிப்பிற்காகச் சொல்லவில்லை.

சத்தியத்தை மீட்டுதல் – சுப்பிரமணிய பாரதி கவிதைகள்

2000த்தின் துவக்கம். கவிதையுடன் போராடிக் கொண்டிருந்த காலம். என் முதல் கவிதைத் தொகுப்பு வெளிவந்திருந்தது. அதை என் ஆதர்ச எழுத்தாளர் ஒருவருக்கு அனுப்பி இருந்தேன். நூலை வாசித்துவிட்டு அவர் எழுதியிருந்த பதில் கடிதத்தின் முடிவு இப்படி இருந்தது.

"எழுத்திற்கு நான் என்றென்றைக்குமாகக் கைக்கொள்ளும் சூத்திரம் ... தெளிவுறவே அறிந்திடுதல்: தெளிவு தர மொழிந்திடுதல்."

இவை சுப்பிரமணிய பாரதியின் வரிகள். இந்தச் சூத்திரம் இன்றுவரை என் எழுத்தை இயக்கிக் கொண்டிருப்பதாகவே உணர்கிறேன். இதுதான் மெய்யறிவு இல்லாத விஷயங்களில் வெட்டியாக வாயாடக்கூடாது என்று எச்சரித்து வைத்தது. இதுதான் கறிவெட்டும் கத்தியுடன் காத்திருந்த மொழியின் கசாப்புக் கடைக்காரர்களிடம் இருந்து என்னைத் தடுத்தாட்கொண்டது. எனவே இந்தச் சூத்திரத்திற்கும் இதன் சூத்திரதாரிக்கும் எனது வந்தனங்கள்.

பாரதியின் நிறைய கவிதைகள் தமிழர்களுக்கு மனப்பாடம். அதைச் சங்கீதக்காரர்கள், சினிமாக்காரர்கள், பட்டிமன்றப் பேச்சாளர்கள், பக்திச் சொற்பொழிவார்கள் எனப் பலரும் உபயோகிக்கிறார்கள். கம்பன் நிறைய பேச்சாளர் களுக்குக் கார் வாங்கித் தந்தது போலவே பாரதியும்

நிறைய பேருக்குக் கார் வாங்கித் தந்திருக்கிறார். அவரின் கவிதைகள் சிலவற்றை மனனம் செய்து ஒப்பித்தாலே போதும். அந்தப் பேச்சில் ரஸக்களையும் புத்திக்களையும் ஒருங்கே கூடி விடுகிறது. இந்தக் களைகளின் வழியாகத்தான் இவர்களைக் கார் வந்தடைகிறது. ஆனால் பாரதி காரை விரும்பவில்லை. அவர் சிட்டுக்குருவிகளைப் பார்க்கச்சொன்னார் . . .

“சிறிய தானியம் போன்ற மூக்கு; சின்னக் கண்கள்; சின்னத் தலை; வெள்ளைக் கழுத்து; அழகிய மங்கல் வெண்மை நிறமுடைய பட்டுப்போர்த்த வயிறு; கருமையும் வெண்மையும் கலந்த சாம்பல் நிறத்ததாகிய பட்டுப் போர்த்த முதுகு; சிறிய தோகை; துளித் துளிக்கால்கள்.”

கார் உருண்டு போவது. பாரதி பறந்து போவதை விரும்பினார் . . .

“பயமும் மானமும் மனிதனுக்குள்ளது போலவே குருவிக்கும் உண்டு. இருந்த போதிலும் க்ஷணந்தோறும் மனிதருடைய நெஞ்சைச் செல்லரிப்பது போல அரிக்குங் கவலைத்தொகுதியும் அதனால் ஏற்படும் நோய்த்திரளும் குருவிக்கு இருப்பதாகத் தெரியவில்லை. தெய்வமே, எனக்கு இரண்டு சிறகுகள் கொடுக்கமாட்டாயா? பாழ்பட்ட மனிதர்கூட்டத்தையும் அதன் கட்டுகளையும் நோய்களையும் துன்பங்களையும் பொய்களையும் உதறி எறிந்துவிட்டு, நான் இச்சைப்படி வானத்திலே பறந்து செல்ல மாட்டேனா?” என்றவர் ஏங்குகிறார்.

சிட்டுக்குருவி, பாரதி, செல்லம்மா, அரிசிமணிகள், வறுமை இவைகளைக் கோத்து நாம் அனைவரும் அறிந்த ஒரு கதையுண்டு. ஆமாம். இப்போது அது கதையாகிவிட்டது. நாம் ஏற்கனவே அந்தக் கதைக்குப் போதுமான அளவு மூக்கைச் சிந்திவிட்டோம். திரும்பச் சொன்னால் கொட்டாவி வரும். எவ்வளவு உக்கிரம் கொண்ட விசயமும் திரும்பத் திரும்ப சொன்னால் அது நைந்து பழசாகி விடுகிறது. நாம் பழையதை விரும்புவதில்லை. பாரதியும் புதியன விரும்பச் சொன்னார். தன் சொற்கள் சோதிமிக்க நவகவிதையாக எப்போதும் இருக்க வேண்டும் என்று விரும்பினார். அவர் எண்ணியதே முடிந்தது. அவரின் அநேகப் பாடல்களில் இன்றளவும் சோதி குன்றவில்லை. காலத்தின் தூசி அண்டவில்லை. “பாப்பாப் பாட்டு” கூட இன்றளவும் புதிதுதான்.

நீதி, உயர்ந்த மதி , கல்வி – அன்பு
நிறைய உடையவர்கள் மேலோர்

என்கிறது அப்பாடலின் ஒரு வரி.

வெறும் நீதியுணர்வை மட்டும் வைத்துக்கொண்டு என்ன செய்வது? அது ஓயாமல் தழுதழுக்கும். கத்தியை எடுத்துக் குத்தும் (அ) தன்னைத் தானே குத்திக்கொள்ளும். நீதியற்ற அறிவும் பயனில்லாதது. அபாயகரமானதும் கூட. நமது தேசத்தில் அனேக புத்திசாலிகள் திருடர்கள்தான். அவர்கள் அதிகாரத்தை அண்டி வாழ்கிறார்கள். அல்லது புதிய அதிகாரங்களை உண்டு பண்ணுகிறார்கள். டாக்டர்கள் நமது கிட்னியைத் திருடிக் கொள்கிறார்கள். வக்கீல்கள் நமது வரப்பை மீட்டுத்தர வீட்டை எழுதிக் கேட்கிறார்கள்.

படிச்சவன் சூதும் பாவமும் பண்ணினால்
போவான் போவான், ஐயோவென்று போவான்

என்று சொன்னான் பாரதி.

எது கல்வி என்பதற்கும், யார் மேலோர் என்பதற்கும் பாரதி இந்த இரண்டு வரிகளில் புதிய சாஸ்திரம் ஒன்றை எழுதிக் காட்டினான்.

பாரதி கவிதையில் மட்டும் புதியதை விரும்பியவர் இல்லை. இசையில், பழக்கவழக்கங்களில், பண்பாட்டில் என எல்லாவற்றிலும் அவர் புதியதைக் கேட்டார். அவருடைய இந்தக் கேலி எனக்கு ரொம்பவும் பிடித்தது.

“எந்த ஜில்லாவுக்குப் போ. எந்தக் கிராமத்துக்குப் போ. எந்த வித்வான் வந்தாலும் இதே கதைதான். தமிழ்நாட்டு ஜனங்களுக்கு இரும்புக் காதாக இருப்பதால் திரும்பத் திரும்ப, திரும்பத் திரும்ப ஏழெட்டுப் பாட்டுக்களை வருஷக் கணக்காகக் கேட்டுக்கொண்டிருக்கிறார்கள். தோற் காது உள்ள தேசங்களிலே இந்தத் துன்பத்தைப் பொறுத்துக்கொண்டிருக்க மாட்டார்கள்.”

நாணமும் அச்சமும் நாய்கட்கு வேண்டுமாம்:
ஞான நல்லறம் வீர சுதந்திரம்
பேணு நற்குடிப் பெண்ணின் குணங்களாம்

என்றெழுதி வைத்தார்.

அவர் நன்மையும் அறிவும் எங்கிருந்து வந்தாலும் ஏற்றுக்கொள்ளச் சொன்னார்.

“ஓர் நவீன உண்மை வரும்போது அதை ஆவலோடு அங்கீகரித்துக் கொள்ளாமல் வெறுப்படைகிறவன் வெளிச்சத்தைக் கண்டு அஞ்சும் ஆந்தை” என்றார். அவருக்குத் தெரிந்திருந்தது, புதிய கவிதை என்பது புதிய வாழ்விலிருந்து அல்லது புதிய வாழ்விற்கான ஏக்கத்திலிருந்தே பிறக்க முடியுமென்று. வெறும் சொல் மட்டும் சுவைபுதிதை உருவாக்கி விடாது. சொல் புதிதும் பொருள் புதிதும் சேர்ந்தே சுவை புதிதாகிறது.

பாரதியின் கவிதைகளை நான் சத்தியமும் சங்கீதமும் என்று சொல்வேன். சத்தியத்தின் சங்கீதம் என்றும் சொல்லலாம். அவருக்கு எதிலும் மனநடுக்கம் இல்லை. எனவே கை நடுக்கமும் இருக்கவில்லை. ஏனெனில் வாணியும் அவரும் சேர்ந்து செய்த தொழில் அது. பிறகெப்படி மனம் நடுங்கும். கை நடுங்கும் . . .

செய்யாள் இளியாள் ஸ்ரீதேவி,
செந்தாமரையில் சேர்ந்திருப்பாள்
கையாளென நின் அடியேன்
செய் தொழில்கள் யாவும்
கைகலந்து செய்வாள்; புகழ் சேர் வாணியுனென்னுள்ளே
நின்று தீங்கவிதை பெய்வாள்

(விநாயகர் நான்மணிமாலை)

ஆமாம். ஒரு தெய்வம் அவருக்குக் கையாள். அது பேனாவில் மை நிரப்பித் தந்துவிட்டுப் பக்கத்தில் நின்று விசிறி வீசியது. இன்னொரு தெய்வம் அவர் அழைப்பிற்குப் பணிந்து நெஞ் சத்திருந்தது. எனவே அவர் தன் சத்தியத்தின் சங்கீதத்தை நடுக்கமறப் பாடினார். அதன் தர்மாவேசத்தின்முன் நம் எளிய மனம்தான் நடுநடுங்கிப் போகிறது.

பேசாப் பொருளைப் பேசநான் துணிந்தேன்.
கேட்கா வரத்தைக் கேட்க நான் துணிந்தேன்
மண்மீதுள்ள மக்கள் , பறவைகள்
விலங்குகள், பூச்சிகள், புற்பூண்டு, மரங்கள்
யாவும் என் வினையால் இடும்பை தீர்ந்தே
இன்பமுற்று அன்புடன் இணங்கி வாழ்ந்திடவே
செய்தல் வேண்டும் தேவதேவா!
ஞானாகாசத்து நடுவே நின்று நான்
"பூமண்டலத்தில் அன்பும் பொறையும் விளங்குக!
துன்பமும் மிடிமையும் நோவுஞ்சாவும் நீங்கி
சார்ந்தப் பல்லுயிரெலாம் இன்புற்று வாழ்க" என்பேன்!
இதனை நீ திருச்செவி கொண்டு திருவுள மிரங்கி
"அங்ஙனே யாகுக" என்பாய், ஐயனே!

(விநாயகர் நான்மணிமாலை)

கடமை புரிவார் இன்புறுவார்
  என்னும் பண்டைக்கதை பேணோம்
கடமையறியோம் தொழிலறியோம்
  கட்டென் பதனை வெட்டென்போம்.
மடமை, சிறுமை, துன்பம், பொய்
  வருத்தம், நோவு, மற்றிவை போல்
கடமை நினைவுந் தொலைத்திங்கு
  களிஉற்று என்றும் வாழ்குவமே.

(கடமை)

வெறும் எதுகைக்கும் மோனைக்கும் பிறந்ததல்ல அவர் வரிகள். "சாத்திரம் அன்று சதியென்று கண்டோம்" என்கிற வரியில் இருப்பவை இரண்டு எளிய 'ச' னாக்கள் அல்ல. "முப்பது கோடியும் வாழ்வோம் – வீழில் முப்பது கோடி முழுமையும் வீழ்வோம்" என்கிற வரியில் இருப்பவை மூன்று எளிய 'மூ'னாக்கள் அல்ல.

இந்தச் சத்தியம்தான் 'கண்ணன் பாட்டு' முழுக்கக் கசிந்துருகியது. ஞானப்பாடல்களில் கனிந்து நின்றது. தேசபக்திப் பாடல்களிலும் சமூகப் பாடல்களிலும் சூரத்தனம் காட்டியது.

பாரதி ஒரு சங்கீதக்காரராகவும் இருந்தார். இசையில் அவருக்கு ஆழ்ந்த புலமை இருந்தது. அதனாலோ என்னவோ அவர் தன் சொற்களை எழுதி வைப்பதற்குப் பதில் மீட்டி வைத்தார். இந்த மீட்டுதல் அவரின் சாதாரண வரிகளுக்கும் ஒரு அசாதாரண அழகைத் தந்து விடுகிறது. "உள்ளத்தில் ஆனந்தக் கனவு பல காட்டல்" என்கிற வரி உடனடியாக நினைவுக்கு வருகிறது. அவர் தொட்டதையெல்லாம் ஜொலிக்கப் பண்ணினார். ஒன்றை எப்படி எங்குத் தொட்டால் ஜொலிக்குமோ, அதை அப்படி அங்குத் தொட்டார்.

பாரதியின் கவிதைகளில் உணர்ச்சி கொந்தளித்துக் கிடக்கிறது என்றாலும் அந்த உணர்ச்சிக் கொந்தளிப்பில் கண்களை இறுக மூடிக்கொண்டவரில்லை அவர். எல்லாவற்றையும் கண்களைத் திறந்து பார்த்தார். ஆராய்ந்து அறிந்தார். கசந்தாலும் உண்மைகளைப் பேசினார். நன்மையும் அறிவும் எங்கிருந்தாலும் ஏற்றுக்கொண்டார். தன் ஆயுள் தீரும்வரை ஆங்கிலேயரை விரட்டப் போராடிய பாரதி இப்படியும் பாடினார்.

மற்றுன் நாட்டினோர் வந்ததன் பின்னர்
அகத்தினில் சில புண் ஆறுதலெய்தின.
போர்த்தொகை அடங்கி என் ஏழைப்புத்திரர்
அமைதி பெற்று உய்வராயினர். எனவே
பாரதிதேவி பழமை போல் திருவருள் பொழிதரல் உற்றனள்.
பொருள் செயற்கரிய தொழிற்கணம் பலப்பல தோன்றின. பின்னும்
கொடுமதப் பாவிகள் குறும்பெலாம் அகன்றன.
ஆற்றினிற் பெண்களை எறிவதும்,
இரதத்துருளையிற் பாலரை உயிருடன் மாய்த்தலும்
பெண்டிரைக் கணவர் தம் பிணத்துடன் எரித்தலும்
எனப் பல தீமைகள் இறந்து பட்டனவால்.
மேற்திசை இருளினை வெருட்டிய
ஞான ஒண் பெருங்கதிரின் ஓரிரு கிரணம்
என்பாலாரின் மீது படுதலுற்றனவே.
ஆயினுமென்ன ?
ஆயிரங்கோடி தொல்லைகள் இன்னும் தொலைந்தனவில்லை.

நல்குரவாதி நவமாந் தொல்லைகள்
ஆயிரம் எனை வந்தடைந்துள நுமரால்.

(வேல்ஸ் இளவரசருக்கு பரத கண்டத்தாய் நல்வரவு கூறுதல்)

பாரதிமேல் இன்று வைக்கப்படும் விமர்சனம் அவர் "பாரதிய ஜனதா பார்ட்டி" என்பது. "ஹிந்துஸ்தானம்" என்கிற சொல்லைப் பாரதி தன் கவிதைகளில் பயன்படுத்தியுள்ளார்தான்.

சேதமில்லாத ஹிந்துஸ்தானம் – இதைத்
தெய்வமென்று கும்பிடடி பாப்பா

என்று அவர் பாடினார்.

சிலர் அந்த வரியை மட்டும் தனியே வெட்டி எடுத்து தனதாக்கிக் கொண்டனர். பாரததேவியைப் படைத்து அவளுக்கு உருவம், உடை, நாடு, நகர், ஊர்தி, கொடி என்று சகலத்தையும் அளித்து ஒரு கடவுளெனக் கட்டியெழுப்பினார் அவளை.

பரிமிசை ஊர்வாளல்லள் பாரனைத்தும் அஞ்சும்
அரிமிசையே ஊர்வாளவள்

என்று அவளைச் சிம்மவாகினியாக்கி அழகு பார்த்தார். மதவெறியர்கள் அந்தச் சிங்கத்தைத் தனது போஸ்டர்களுக்கு ஓட்டிப்போய்விட்டனர். இன்று பாரதமாதா சிங்கத்தில் இருக்கிற காட்சி ஒரு மதவாத இலச்சினைபோல் ஆகிவிட்டது. ஒரு தனிமனிதனாக அவர் ஹிந்துவாகத்தான் இருந்தார். ஹிந்துவாகத்தான் மடிந்தார். அதை மறுப்பதற்கில்லை. ஆனால் நெஞ்சில் சூதின்றி, சிந்தையில் குப்பையின்றி, மகாகவியை மடக்கிக்காட்டி சீக்கிரம் அதிபுத்திசாலிகளின் பட்டியலில் இணைந்துகொள்ள வேண்டும் என்கிற ஆவலின்றிப் பாரதியை வாசிப்பவர்கள் அவர் 'ஹிந்துஸ்தானம்' என்கிற சொல்லைப் பிரிட்டிஷ் ஏகாதிபத்தியத்திற்கு எதிராகத்தான் வைத்தார் என்பதை எளிதில் கண்டுகொள்வர்.

இந்திரன் வச்சிரமோர் பால் – அதில்
எங்கள் துலுக்கர் இளம்பிறையோர் பால்

என்றுதான் அவர் நமது தேசியக் கொடியை உருவகித்தார். ஹிந்துஸ்தானம் என்கிற சொல்லை அவருக்குக் காலம் வழங்கியது. அன்று இந்தியா என்றொரு தேசமே இல்லை என்று பேசிக் கொண்டார்கள். இந்தியா ஒரு தேசமாக உருவாக முடியாது என்று வரலாற்றாசிரியர்கள் கருத்துச் சொன்னார்கள். கேம்பிரிட்ஜில் படித்துவிட்டு இந்தியாவில பணியாற்ற வருபவர்களுக்கு "இந்தியா என்றொரு நாடு இப்போது இல்லை. எப்போதும் இருந்ததும் இல்லை" என்பதுதான் முதலாவதாகவும் முக்கியமானதாகவும்

சொல்லித் தரப்பட்டது. இந்நிலையில் இவ்வளவு பெரிய ஜனத் திரளைச் சேர்த்துக்கட்ட அவருக்கு ஒரு சொல் தேவைப்பட்டது. அதற்கு "ஹிந்துஸ்தானம்" என்கிற சொல் இயல்பானதாகவும் பயனுள்ளதாகவும் தோன்றி இருக்க வேண்டும் அவருக்கு. ஆனால், ஹிந்துஸ்தானம் என்பது முகமதியரையும் இந்தியாவில் இருக்கிற இன்ன பிற மதத்தவரையும் உள்ளடக்கியதே என்பதைத் தன் கட்டுரை ஒன்றில் குறிப்பிடுகிறார் அவர்.

அவர் சொற்களில் விரக்தி குறைவு. பராசக்தி ஒரு பொன்னுலகத்தை அடிக்கடி அவர் கண்ணில் காட்டி மறைத்தாள். எனவே உச்சிமீது வானிடிந்து வீழும் போதும் அச்சமில்லை என்றவர் இருந்தார். ஈனக்கவலைகள் என்று உமிழவும், கவலைத் தொகுதிகள் என்று கேலியிரக்கம் பேசவும் அவரால் முடிந்தது. அந்த மனத்தால்தான் "சுதந்திரப்பள்ளு" பாட முடிந்தது. அந்த மனத்திற்குத்தான் "பாடுபடல் வேண்டா" என்றெழுதும் தைரியம் வந்தது. பராசக்தி எல்லாவற்றையும் மாற்றிப் போடுவாள் என்று நிஜமாகவே அவர் நம்பினார். "சிவன் செத்தாலன்றி மண்மேற் செழுமையுண்டு" என்றவர் சத்தியம் செய்தார்.

கண்ணன் என் அரசனில் இப்படி ஒரு வரி வருகிறது.

சக்கரத்தை யெடுப்பதொரு கணம்!
தர்மம் பாரில் தழைத்தல் மறுகணம்!
இக்கணத்தில் இடைக்கணம் ஒன்றுண்டோ?

தத்துவங்களை ஞானம் என்று சொன்னால், கலையை ஞானமும் இன்பமும் என்று சொல்லலாம். தூணிலே நின்று துரும்பிலே இருப்பதென்றும் ஏகன் அநேகன் என்றும் பேதம் அபேதம் என்றும் இறையியலாளர்கள் நீண்ட இரும்புக்கம்பியால் நம் மூளையைக் குடைய,

"காயிலே புளிப்பதென்ன?
கண்ணபெருமானே! – நீ
கனியிலே இனிப்பதென்ன?
கண்ண பெருமானே!

என்று கண்ணனை நம் நெஞ்சத்துள் இனிப்பாக்கிக் காட்டினான் பாரதி.

காயிலே புளித்துக் கனியிலே இனிப்பது என்ன என்று நமது அறிவியல் இன்னும் முற்றாகச் சொல்லிவிடவில்லை. அதுவரை கடவுளின் இடம் சாஸ்வதமானது. ஒரு எளிய மனிதனாக நான் கடவுள் இருக்கிறார் என்றே நம்ப விரும்புகிறேன். இல்லாதிருந்தும் அது இருக்கட்டும். கடவுள் என்ற ஒன்றே இல்லையெனில், நான் யாரிடம் போய் மண்டியிடுவது? எவன்

லைட்டா பொறாமைப்படும் கலைஞன்

என் அழுகையைக் கேட்பான்? எந்தக் கால்களின் அடியில் என் தலையை மோதி உடைப்பது? என் ரகசியங்களை எந்தக் குப்பைத் தொட்டியில் கொட்டுவது? யார் என்னை ஓயாது மன்னிப்பது? யார் என்னுடைய எல்லாக் கீழ்மைகளையும் காணாதது போல் நடந்துகொள்வது? யாருடைய தலையில் என் பாரத்தைப் போடுவது? யாரை நோக்கி வசவு வீசுவது? யாரை எட்டி உதைப்பது?

கண்ணன் பாட்டைக் கேட்கையில் ஏன் நம் கண்களில் நீர் சொரிகிறது. ஏனெனில், அதற்குள் இருப்பது "டம்மி கடவுள்" அல்ல. செவிட்டூமையல்ல. அவர் நமக்கான கடவுள். நாம் காண விரும்பிய கடவுள். ஆழ்வார்கள் கண்ணனைக் குழந்தையாக்கிப் பார்த்தபோதும் அவர் தெய்வக் குழந்தையாகவே இருந்தார். நாச்சியார் அவரைக் காதலனாக வரித்தும் அவர் தெய்வக் காதலனாகவே இருந்தார். ஆனால் பாரதி அவனுக்கு முழுக்க மனிதரத்தம் பாய்ச்சி நடக்க விட்டான்; கண்ணன் ஆடினான்; ஓடினான்; தீராத விளையாட்டுப் பிள்ளையானான்; மாடுகன்று மேய்த்திட்டான்; வீடு பெருக்கி விளக்கேற்றி வைத்தான்; வார்த்தை தவறி நின்றான்; தோயும் மதுவானான்; துகிலினை உரியக் கொடுத்து நாணிக் கண் புதைத்தான்; பெண்களினத்தில் ஒரு பேதையென்றானான்.

கண்ணனின் பிரிவு தாளாது தூது விடும் காதலி இப்படிச் சொல்லிவிடுகிறாள்.

> ஆற்றங்கரையதனில் முன்னமொரு நாள் – எனை
> அழைத்துத் தனியிடத்திற் பேசியதெல்லாம்
> தூற்றி நகர் முரசு சாற்றுவன் என்றே
> சொல்லி வருவையடி தங்கமே தங்கம்.

இது ஒரு மிரட்டல். இவள் ஒரு நவீனக் காதலி. ஃபோட்டோஸ், வீடியோஸ், பரிசுப்பொருட்கள், மின்னஞ்சல்கள், காதல் மோடிக்குக் கிறுக்காகி நள்ளிரவில் நாம் அனுப்பிக்கொண்ட குறுஞ்செய்திகள் எல்லாம் என்னிடம் பத்திரமாக இருக்கின்றன. மரியாதையாக வந்துவிடு. இல்லையேல் கமிஷனர் ஆபிஸ் போய் விடுவேன் என்று மிரட்டுபவள்.

இந்தத் தூதுப்பாடலில் காதலின் வெவ்வெறு குணநலன்கள் அலையடிக்கின்றன. தனிமை, ஏக்கம், சரணாகதி, மிரட்டல், விரக்தி என வெவ்வேறு உணர்வு நிலைகள் பின்னியிருக்கும் இப்பாடல்,

"தீர ஒரு சொல்லின்று கேட்டு வந்திட்டால் – பின்பு தெய்வமிருக்குதடி தங்கமே தங்கம்" என்று கையறுநிலையில்

முடிகிறது. கண்ணன் பாட்டை வாசிப்பவர்கள் கண்ணன், கண்ணம்மா என்கிற தெய்வாநாமங்கள் பாரதிக்கு ஒரு சாக்கு தான் என்பதையும், தன் நெஞ்சில் கனன்றுகிடந்த காதலும் கவிதையுமே அவருக்குப் பிரதானம் என்பதையும் எளிதில் கண்டுகொள்வர்.

பாரதியின் தேசபக்திப் பாடல்களிலும் பெண் விடுதலைப் பாடல்களிலும் போதனைகள் உண்டுதான் என்றாலும் கலையில் போதனையை விரும்பியவரில்லை அவர் . . .

பொதுவாக நான் கதைகள் எழுதும் போது வெறுமே கற்பனை நயத்தைக் கருதி எழுதுவது வழக்கமேயன்றி ஏதேனும் ஒரு தர்மத்தைப் போதிக்க வேண்டுமென்ற நோக்கத்துடன் எழுதும் வழக்கமில்லை. தர்மபோதனைக்கு வியாஸங்கள் எழுதுவானேன்? கதையென்றால் கற்பனைப் புனைவையே அதில் நான் முதன்மையாகக் கொள்வேன். எனினும், என்னையும் மீறியே பெரும்பாலும் கதைகளில் தர்மபோதனைகள் வந்து நுழைந்துவிடுகின்றன

என்பதே அவர் கட்சி.

பொதுவாக அறிவுரைகளுக்கு நடுங்கும் நாம் இப்பாடல்களுக்கு அஞ்சி ஓடுவதில்லை. மாறாக நின்று கேட்கிறோம். ஏனெனில் ஒரு மிருதங்கத்தை உருட்டுவதுபோல் தன் சொற்களை உருட்டி அவர் நடத்தும் கச்சேரி இங்கும் நடக்கிறது. எனவே இதற்கும் நாம் தலையாட்டவே செய்கிறோம்.

பாரதியோடு சேர்ந்து பராசக்தியும் செத்துப்போனாள். நாம் "செல்லும் வழி இருட்டு: செல்லும் மனம் இருட்டு" என்று எழுதத் துவங்கினோம். மனதை முழுக்க இருட்டுக்குத் தந்தாலும் ஏதேனும் ஒரு மூலையில் வெளிச்சத்திற்கான ஏக்கமும் நம்பிக்கையும் இருக்கவே செய்கின்றன. அதுதான் இவ்வளவு மூச்சடைப்புகளுக்கு மத்தியிலும் நம்மை ஜீவிக்க வைக்கிறது. அந்த வெளிச்சத்தைத் தரவல்ல ஏராளமான சொற்கள் பாரதியிடம் இருக்கின்றன. அவர் டப்பிங் குரலில் லட்சியம் பேசியவரல்ல. டப்பிங் குரலில் பேசாத லட்சியவாதத்தின்மீது நமக்குப் புகார்கள் இருக்க நியாயமில்லை. "விட்டு விடுதலை ஆகிற கனவு" நம்மில் இன்றும் தொடர்கிறது. "சன்னமாகக் குயில் கூவும் காட்டுவெளியின் காணிநிலத்தில் மல்லாந்து படுத்துக்கிடக்கிற ஏகாந்தத்தின் மீதான ஏக்கம்" இன்றும் குறையவில்லை. "எமக்குத் தொழில் கவிதை: அதற்குத் தொழிலே பிற" என்று நாம் இன்றும் அழுத்திச் சொல்லவேண்டி இருக்கிறது. "கச்சணிந்த கொங்கை மாதர் கண்களுக்கு" நாம் இன்றும் அஞ்சி நடுங்குவதால் அச்சமில்லை! அச்சமில்லை!

என்று சொல்லிக்கொள்ள வேண்டி இருக்கிறது. "பயமெனும் பேய்தனை" பயந்துகொண்டேனும் அடித்துவிடவே நாம் விரும்புகிறோம். அழகிகளுக்குத் தோழிகளாகப் பிறக்கக்கடவது என்று சபிக்கப்பட்ட ஒரு இனம் "குழலிலே சூட்டுவேன் என்பான்: என்னைக் குருடாக்கி மலரினைத் தோழிக்கு வைப்பான்" என்கிற வரியை மடியில் தூக்கி வைத்துக் கொஞ்சவே செய்யும்.

தமிழ்நாட்டில் இன்று ஆயிரக்கணக்கில் பாரதிகள் இருக்கிறார்கள். அதில் முக்கால்வாசிப்பேர் கவிதை எழுதிக் கொண்டிருக்கிறார்கள். எப்படியும் கவிஞனாகி விடுவது என்று நான் உறுதியாக முடிவெடுத்தவுடன் அடுத்தகட்ட வேலைகளில் இறங்கினேன். அடுத்தகட்ட வேலையாவது புனைபெயர் சூட்டிக்கொள்வது. புனைபெயருக்கும் கவிதைக்கும் ஏதோ ஒரு ரகசியத் தொடர்பிருப்பதாக அப்போது நான் நம்பினேன். புனைபெயர் என்று யோசித்த மறுகணமே எல்லோரையும் போல என்னுள்ளும் தோன்றியது பாரதியின் பெயர்தான். 'சூரியபாரதி' என்கிற பெயரில் என்னுடைய கவிதைகள் சில வெகுஜன ஊடகங்களில் பிரசுரம் கண்டன. எங்கு நோக்கினும் பாரதிகள் இருக்கக்கண்டு இதில் எந்தப் பாரதி நான் என்று எனக்கே குழப்பம் வரவே வேறு பெயரைச் சூட்டிக்கொண்டேன். இப்படியாகப் பாரதி இன்று பல்கிப்பெருகி இருக்கிறார். தற்போது அவர் உருவையோ சொல்லையோ சந்திக்காமல் ஒரு தமிழன் தன் வாழ்வின் ஒருநாளைக் கடப்பது கூடச் சிரமம்தான் என்று தோன்றுகிறது. நிறைய சொற்கள், வரிகள் நமது புழங்குமொழியுடன் கலந்துவிட்டன. "நேர்படப்பேசு" என்பது இன்று பிரபலமான ஒரு டி.வி நிகழ்ச்சி. பல்கலைக்கழகம், இலக்கியப் பேரவை, பொதுநல மன்றம் என்று துவங்கி பாரதி மெஸ், பாரதி மெடிக்கல்ஸ், பாரதி அரிசிமண்டி, பாரதி பிரிண்டர்ஸ், பாரதி சலூன், பாரதி சிட் பண்ட்ஸ், பாரதி பழமுதிர்நிலையம், பாரதி டீ ஸ்டால் என்று அநேக இடங்களில் முறுக்கு மீசையையும் தலைப்பாகையையும் காணமுடிகிறது. சிட்பண்ட்ஸ்காரர்கள் "பணத்தினைப் பெருக்கு" என்று எழுதி வைத்துக்கொள்ள, ஃபிட்னஸ் சென்டர்காரர்கள் "உடலினை உறுதி செய்" என்று எழுதிவைத்துக் கொள்கிறார்கள். இன்றும் ஏதேனும் ஒரு ஆட்டோவின் முதுகில் "நான் வீழ்வேன் என நினைத்தாயோ ?" என்கிற வாசகத்தைக் காணமுடிகிறது. அவ்வரி தான் அந்த ஆட்டோவை ஓட்டிச் செல்கிறது போலும்? பாரதி நம் சமூகத்திற்கு ஒரு சொல்லாகவேனும் இன்றும் தேவைப்படுகிறார் என்பதாகத்தான் இதைப் புரிந்துகொள்ள வேண்டி இருக்கிறது. சேகுவாரவை ரஜினிகாந்தாக்கி அணிந்துகொண்ட இச்சமூகம் பாரதியை என்னவாக்கி வீதிதோறும் வைத்து வழிபடுகிறது என்பது அச்சமும் குழப்பமும் தரக்கூடிய கேள்வியே. என்றாலும்

ஒரு சிறுகூட்டம் அவரை நெஞ்சில் இருத்தி இயங்கி வருகிறது. அக்கூட்டம் வளர்ந்து பெருகவேண்டும் என்பதே நம் ஆசை. பாரதி தமிழ்க் கவிதைக்கான, தமிழ் வாழ்விற்கான, சமூகநீதிக்கான அணையாத சோதியாக என்றென்றும் இருப்பான். அவனை ஏந்துவோம்.

தனிமையில் ஏகாந்தம் பிறக்கிறது எனில் கூட்டில் சக்தி பிறக்கிறது. பாரதியின்பால் அன்பும் பக்தியும் கொண்டோர் கூடியிருக்கிற இந்த அவையில் அவரின் கவிதைகள் சிலவற்றை வாய்விட்டுப் படிக்கலாம் என்று நினைக்கிறேன். என் வேகமான வாசிப்பில் அதன் அர்த்தம் முழுதும் விளங்காது போனாலும், சக்தி விளங்கிவிடும் என்று நான் உறுதியாக நம்புகிறேன். இங்கு சக்தி பிறக்கட்டும். அவன் வந்து இறங்கட்டும். . .

குடுகுடு குடுகுடு குடுகுடு குடுகுடு
சொல்லடீ சொல்லடீ, மலையாள பகவதீ!
அந்தரி, வீரி, சண்டிகை, சூலி!
குடுகுடு குடுகுடு
குடுகுடு குடுகுடு குடுகுடு குடுகுடு
சாமிமார்க் கெல்லாம் தைரியம் வளருது,
தொப்பை சுருங்குது, சுறுசுறுப்பு விளையுது. . .
எட்டு லச்சுமியும் ஏறி வளருது,
பயந்தொலையுது, பாவம் தொலையுது,
சாத்திரம் வளருது, சாதி குறையுது,
நேத்திரம் திறக்குது, நியாயம் தெரியுது
பழைய பயித்தியம் படீலென்று தெளியுது,
வீரம் வருகுது, மேன்மை கிடைக்குது
சொல்லடீ சக்தி, மலையாள பகவதி,
தர்மம் பெருகுது, தர்மம் பெருகுது

மாயையைப் பழித்தல்

எத்தனை கோடி படைகொண்டு வந்தாலும்
மாயையே – நீ

சித்தத் தெளிவெனும் தீயின் முன்னிற்பாயோ
மாயையே.

என்னைக்கெடுப்பதற் கெண்ணமுற்றாய்
கெட்ட மாயையே – நான்

உன்னைக் கெடுப்பது உறுதி என்றே உணர்
மாயையே.

சாகத்துணியின் சமுத்திரம் எம்மட்டு
மாயையே – இந்தத்

தேகம் பொய் என்றுணர் தீரரை என் செய்வாய்
மாயையே.

நீதரும் இன்பத்தை நேரென்று கொள்வனோ
மாயையே – சிங்கம்

நாய்தரக் கொள்ளுமோ நல்லர சாட்சியை
மாயையே.

என்னிச்சை கொண்டுனை எற்றிவிடவல்லேன்
மாயையே – இனி

உன்னிச்சை கொண்டெனக் கொன்றும் வராதுகாண்
மாயையே.

யார்க்கும் குடியல்லேன் யானென்ப தோர்ந்தனன்
மாயையே – உன்றன்

போர்க்கஞ்சுவேனோ பொடியாக்குவேன் உன்னை
மாயையே.

விடுதலைப்பாட்டு

இந்தப் புவிதனில் வாழு மரங்களும்
இன்ப நறுமலர்ப் பூஞ்செடிக் கூட்டமும்
அந்தமரங்களைச் சூழ்ந்த கொடிகளும்
ஔடத மூலிகை பூண்டு புல்யாவையும்
எந்தத் தொழில் செய்து வாழ்வனவோ . . .

குயில் பாட்டு

கண்டதொரு காட்சி கனவு நனவென்றறியேன்.
எண்ணுதலுஞ் செய்யேன், இருபது பேய் கொண்டவன் போல்
கண்ணும் முகமும் களியேறிக் காமனார்
அம்பு நுனிகள் அகத்தே அழிந்திருக்க,
கொம்புக் குயிலுருவம் கோடி பல கோடியாய்,
ஒன்றே அதுவாய், உலகமெலாம் தோற்றமுற
சென்றே மனைபோந்து சித்தந் தனதின்றி
நாளொன்று போவதற்கு நான்பட்ட பாடனைத்தும்
தாளம் படுமோ ? தறிபடுமோ ? யார் படுவார் ?

குயில் பாட்டு

காட்டு நெடுவானம் கடலெல்லாம் விந்தையெனில்
பாட்டினைப்போல் ஆச்சர்யம் பாரின்மிசை இல்லையடா
பூதங்களொத்துப் புதுமைதரல் விந்தையெனில்
நாதங்கள் சேரும் நயத்தினுக்கு நேராமோ ?
ஆசைதருங் கோடி அதிசயங்கள் கண்டதிலே
ஓசைதரு மின்பம் உவமையிலா இன்பமன்றோ ?

வேய்ங்குழல்

கண்ணன் ஊதிடும் வேய்ங்குழல் தானடீ
காதிலே யமுது உள்ளத்தில் நஞ்சு
பண்அன்றாமடி பாவையர் வாடப்
பாடி எய்திடும் அம்படி தோழி

கண்ணன் என் சேவகன்

கூலி மிகக்கேட்பார் கொடுத்ததெல்லாம் தாம் மறப்பார்
வேலை மிக வைத்திருந்தால் வீட்டிலே தங்கிடுவார்
ஏனடா நீ நேற்றைக்கிங்கு வரவில்லை யென்றால்
பானையிலே தேளிருந்து பல்லால் கடித்ததென்பார்;
வீட்டிலே பெண்டாட்டி மேற் பூதம் வந்ததென்பார்;
பாட்டியார் செத்துவிட்ட பன்னிரண்டாம் நாளென்பார்;
ஓயாமற் பொய்யுரைப்பார்: ஒன்றுரைக்க வேறு செய்வார்;
தாயாதியோடு தனியிடத்தே பேசிடுவார்;
உள்வீட்டுச் செய்தியெலாம் ஊரம் பலத்துரைப்பார்;
எள்வீட்டிலில்லை யென்றால் எங்கும் முரசறைவார்;
சேவகராற்பட்ட சிரமம் மிகவுண்டு கண்டீர்;
சேவகரில்லா விடிலோ செய்கை நடக்கவில்லை.
இங்கிதனால் யானும் இடர்மிகுந்து வாடுகையில்
எங்கிருந்தோ வந்தான், இடைச்சாதி நானென்றான். . .

கண்ணன் என் காதலன்

தூண்டில் புழுவினைப்போல் – வெளியே
  சுடர் விளக்கினைப்போல்,
நீண்ட பொழுதாக – எனது
  நெஞ்சம் துடித்ததடீ!
கூண்டுக் கிளியினைப்போல் – தனிமை
  கொண்டு மிகவும்நொந்தேன்
வேண்டும் பொருளைஎல்லாம் – மனது
  வெறுத்து விட்டதடீ!

பாயின் மிசைநானும் – தனியே
  படுத்து இருக்கையிலே,
தாயினைக் கண்டாலும் – ஸகியே!
  சலிப்பு வந்ததடீ!
வாயினில் வந்ததுஎல்லாம்; – ஸகியே!
  வளர்த்துப் பேசிடுவீர்;
நோயினைப் போல்அஞ்சினேன் – ஸகியே!
  உங்கள் உறவைஎல்லாம்.

உணவு செல்லவில்லை; – ஸகியே!
  உறக்கம் கொள்ளவில்லை.
மணம் விரும்பவில்லை; – ஸகியே!
  மலர் பிடிக்கவில்லை;
குணம் உறுதிஇல்லை; – எதிலும்
  குழப்பம் வந்ததடீ!
கணமும் உள்ளத்திலே – சுகமே
  காணக் கிடைத்ததில்லை,

பாலும் கசந்ததடீ! – ஸகியே!
  படுக்கை நொந்ததடீ!
கோலக் கிளிமொழியும் – செவியில்
  குத்தல் எடுத்ததடீ!
நாலு வயித்தியரும் – இனிமேல்

நம்புதற்கு இல்லைஎன்றார்;
பாலத்துச் சோசியனும் – கிரகம்
படுத்தும் என்றுவிட்டான்.

கனவு கண்டதிலே – ஒருநாள்
கண்ணுக்குத் தோன்றாமல்,
இனம் விளங்கவில்லை – எவனோ
என்அகம் தொட்டுவிட்டான்.
வினவக் கண்விழித்தேன் – ஸகியே!

மேனி மறைந்துவிட்டான்;
மனதில் மட்டிலுமே – புதிதோர்
மகிழ்ச்சி கண்டதடீ!

உச்சி குளிர்ந்ததடீ! – ஸகியே!
உடம்பு நேராச்சு.
மச்சிலும் வீடும்எல்லாம் – முன்னைப்போல்
மனத்துக்கு ஒத்ததடீ!
இச்சை பிறந்ததடீ! – எதிலும்
இன்பம் விளைந்ததடீ!
அச்சம் ஒழிந்ததடீ – ஸகியே!
அழகு வந்ததடீ!

எண்ணும் பொழுதில்எல்லாம் – அவன்கை
இட்ட இடத்தினிலே
தண்என்று இருந்ததடீ! – புதிதோர்
சாந்தி பிறந்ததடீ!
எண்ணி எண்ணிப்பார்த்தேன்; – அவன்தான்
யார்எனச் சிந்தைசெய்தேன்;
கண்ணன் திருவுருவம் – அங்ஙனே
கண்ணின்முன் நின்றதடீ!

பாஞ்சாலிசபதம் – துகிலுரிதல் காட்சி

'வையகம் காத்திடுவாய்! – கண்ணா!
மணிவண்ணா, என்தன் மனச்சுடரே!
ஐய, நின் பதமலரே – சரண்.
ஹரி, ஹரி, ஹரி, ஹரி, ஹரி!' என்றாள்
பொய்யர்தம் துயரினைப்போல், – நல்ல
புண்ணியவாளர் தம் புகழினைப்போல்,
தையலர் கருணையைப்போல், – கடல்
சலசலத்து எறிந்திடும் அலைகளைப்போல்.

பெண்ஒளி வாழ்த்திடுவார் – அந்தப்
பெருமக்கள் செல்வத்தில் பெருகுதல்போல்,
கண்ணபிரான் அருளால், – தம்பி
கழற்றிடக் கழற்றிடத் துணிபுதிதாய்
வண்ணப்பொன் சேலைகளாம் –அவை
வளர்ந்தன, வளர்ந்தன, வளர்ந்தனவே!
எண்ணத்தில் அடங்காவே; – அவை
எத்தனை எத்தனை நிறத்தனவோ!

ஞாயிறு வசனகவிதை

ஞாயிறே, இருளை என்ன செய்துவிட்டாய்?
ஓட்டினாயா? கொன்றாயா? விழுங்கிவிட்டாயா?
கட்டி முத்தமிட்டு நின் கதிர்களாகிய கைகளால் மறைத்துவிட்டாயா?
இருள் நினக்குப் பகையா?
இருள் நின் உணவுப் பொருளா?
அது நின் காதலியா?
இரவெல்லாம் நின்னைக் காணாத மயக்கத்தால் இருண்டிருந்ததா?
நின்னைக் கண்டவுடன் நின்னொளி தானுங்கொண்டு நின்னைக்
கலந்துவிட்டதா?
நீங்கள் இருவரும் ஒருதாய் வயிற்றுக் குழந்தைகளா?
முன்னும் பின்னுமாக வந்து உலகத்தைக் காக்கும்படி உங்கள்
தாய் ஏவி யிருக்கிறாளா? உங்களுக்கு மரணமில்லையா?
நீங்கள் அமுதமா?
உங்களைப் புகழ்கின்றேன்,
ஞாயிறே, உன்னைப் புகழ்கின்றேன்.

ஸர்வமத ஸமரசம்

பாரான உடம்பினிலே மயிர்களைப் போல்
பலப்பலவாம் பூண்டு வரும் இயற்கையாலே;
நேராக மானுடர்தாம்
பிறரைக் கொல்ல நினையாமல் வாழ்ந்திட்டால்
உழுதல் வேண்டா;
காரான நிலத்தைப் போய் திருத்த வேண்டா; போய்
கால்வாய்கள் பாய்ச்சுவதிற் கலகம் வேண்டா;
சீரான மழை பெய்யும்.
தெய்வம் உண்டு.
சிவன் செத்தாலன்றி மண்மேற் செழுமையுண்டு.

ஸ்ரீ கபிலர் அகவல்

செல்வம் சிறப்பாமோ – கல்வி சிறந்ததுவோ,
அறிவு உயர்ந்ததுவோ?
தொல்புவிக் கூட்டமெல்லாம் – தன்னில்
தோன்றியதோ? பிறர் படைத்ததுவோ?
எல்லாவகைப் பிறப்பும் – வெறும்
இயற்கை கொலோ? தெய்வச்செயலாமோ?
சொல்லீர் புவியீரே – இந்தச்
சூழ்ச்சியெலாம் இங்கு யார் உணர்வார் ?

விதியிட்ட காலத்திலே– உடல் விழுந்திடுமோ,
அன்றி மரணம் இங்கோர் விதியற்ற விளையாட்டோ?
கெட்ட வினைப்பயன் சாமோ, சாகாதோ?
பதிவுற்ற புலனைந்தும் – உயிர்படும் போது என் செயும்?
எங்கு செல்லும்?
மதியிட்டு இங்கிதனை யெல்லாம் – கண்டு
வகுத்துரைப்பார் பார் மீதுளரோ?
... ...
... ...

சோற்றினை உண்பது தான் – இந்தத் தோலுடம்போ?
உயிர்தான் உண்ணுமோ?
தோன்றிய பொருள் கண்டே – இன்பம்
துய்ப்பது விழியோ, உட்கருத்தோ?

ஞாயிறு வசனகவிதை

மழை பெய்கிறது. காற்றடிக்கின்றது. இடி குமுறுகின்றது.
மின்னல் வெட்டுகின்றது.
புலவர்களே, மின்னலைப் பாடுவோம் வாருங்கள்.
மின்னல் ஒளித்தெய்வத்தின் ஒரு லீலை.
ஒளித்தெய்வத்தின் ஒரு தோற்றம்.
அதனை யவனர் வணங்கி ஒளி பெற்றனர்.
மின்னலைத் தொழுகின்றோம்.
அது நம்மறிவை ஒளியுறச் செய்க.
மேகக்குழந்தைகள் மின்னற்பூச் சொரிகின்றன.
மின்சக்தி இல்லாத இடமில்லை.
எல்லாத் தெய்வங்களும் அங்ஙனமே.
கருங்கல்லிலே, வெண்மணலிலே பச்சை இலையிலே
செம்மலரிலே நீல மேகத்திலே, காற்றிலே, வரையிலே –
எங்கும் மின்சக்தி உறங்கிக் கிடக்கின்றது.

அதனைப் போற்றுகின்றோம்.

நமது விழிகளிலே மின்னல் பிறந்திடுக.
நமது நெஞ்சிலே மின்னல் விசிறிப் பாய்க.
நமது வலக்கையிலே மின்னல் தோன்றுக.
நமது பாட்டு மின்னலுடைத்தாகுக.
நமது வாக்கு மின்போல் அடித்திடுக.

(காலச்சுவடு – பனுவல் இணைந்து நடத்திய 'பாரதி93'
நிகழ்வில் வாசிக்கப்பட்ட கட்டுரை)

கலை என்பது தனித்த ஞானம்

நான் என்னை ஒரு "குருட்டு மார்க்ஸிய ஆதரவாளன்" என்று சொல்லிக்கொள்ளவே விரும்புவேன். அப்படிச் சொல்லிக்கொள்ளும் அளவுதான் எனக்கு மார்க்சியம் தெரியும். எனினும் ஒரு அயல்நாட்டு அறிஞரின் கூற்று தரும் தைரியத்தில்தான் இந்தப் புத்தகத்தைப் பற்றிப் பேச ஒப்புக்கொண்டேன். அந்தக் கூற்று.

"நெஞ்சத்து உண்மை எவ்வளவு முட்டாள் தனமாகத் தோன்றிடும்போதிலும் அது காண வேண்டியதும் அழகானதுமாகும்" என்று சொல்கிறது. அந்த அறிஞரின் பெயரென்ன? அவர் எந்த தேசத்தைச் சேர்ந்தவர்? என்றெல்லாம் நீங்கள் என்னைக் குடையக் கூடாது. ஒருவேளை அவர் இந்தக் கட்டுரையில், இந்தக் கூற்றிற்காகவே பிறந்தவராகக்கூட இருக்கலாம்.

மார்க்ஸியர்கள் பற்றி ஒரு அவச்சித்திரம் உண்டு.

அவர்கள் பல்லிடுக்குகளில் எப்போதும் ஜெலாட்டின் குச்சிகளை ஒளித்து வைத்திருப்பார்கள்.

அவர்களுக்கு ஒழுங்காக மழையில் நனையத் தெரியாது.

அவர்கள் வீட்டில் நிலாமுற்றம் இருப்பதில்லை.

அவர்களின் காதலிகள் அடிக்கடி தலையில் அடித்துக்கொள்வார்கள்.

இலை, சருகு, பூ, காய் , மரம், அணில்குஞ்சு, வண்ணத்துப்பூச்சி, ப்யானோ, பீத்தோவன், கம்பன் ஆகியோர் இவரின் வர்க்க எதிரிகள். . .

என்பதாக விரியும் அச்சித்தரம். ஆனால் இவை உண்மையல்ல. அல்லது முழு உண்மையல்ல என்று சொல்லலாம். “சிவப்பாக இருக்கும் ஒரே காரணத்தால் ஊறுகாயில் புரதச்சத்து அதிகம்” என்று சொல்லும் வறட்டு மார்க்சியர்களுக்கு வேண்டுமானால் ஒருவேளை இச்சித்திரம் பொருந்தலாம். மற்றபடி இது மார்க்சியர் களுக்கான பொதுச்சித்திரமல்ல. இந்தச் சித்திரக்காரர்கள் தீட்ட விரும்புவது மார்க்ஸியர்களுக்கு “ரசனை மட்டு” என்பதைத்தான். இந்தப் பின்புலத்தில் வைத்துப் பார்க்கையில் ‘மார்க்சின் தூரிகை’ என்கிற இந்தப் புத்தகம் தன் இருப்பிற்கான நியாயத்தை உறுதிசெய்துகொள்கிறது. மார்க்சின் இலக்கியவாசிப்பு, தன் எழுத்துக்களில் அவர் பேரிலக்கியங்களைத் துணைகொண்ட அழகு, அவரின் கவித்துவ எழுத்துநடை, சிடுமூஞ்சித்தனமற்ற எள்ளல் ஆகியவற்றைத் தியாகு இந்தப் புத்தகத்தில் விரிவாக எழுதிச் செல்கிறார்.

காங்கிரஸ் பாரம்பரியம் மிக்க வீட்டில் பிறந்த எனக்கு எங்கள் வீட்டருகே புதிதாக முளைத்த கம்யூனிஸ்ட் மன்றம் மனம் ஈர்ப்பதாக இருந்தது. அந்த மன்றத்தில் இருந்த எல்லோரும் புதிதாக இருந்தார்கள்; புதிதாகப் பேசினார்கள்; புதிதாகச் சிரித்தார்கள். அங்கு எப்போதும் உற்சாகம் கரைபுரண்டோடியது. சண்டைக்காரர்களாக இருந்தபோதிலும் அவர்கள் தீங்கற்றவர் களாக இருந்தார்கள். அவர்கள்தான் “உன் வீட்டிற்கு வெளியே ஓர் உலகம் இருக்கிறது தம்பி” என்று முதன்முதலாகச் சொன்னார்கள். எல்லோரும் சேர்ந்து சினிமாவுக்குப் போனோம். யாரோ ஒருவர் எல்லோருக்கும் சேர்த்து டிக்கெட் எடுத்தார். யாரோ ஒருவர் எல்லோருக்கும் சேர்த்து டீ வாங்கி வந்தார். “இதையெல்லாம் நீ கத்துக்கக்கூடாது சரியா?” என்கிற அறிவுரையுடன் சில தோழர்கள் ரகசியமாக சிகரெட் குடித்தனர். மார்க்ஸ், சோவியத்யூனியன், சேகுவேரா, பகத்சிங், இ.எம்.எஸ், மேற்குவங்காளம், முற்போக்கு இலக்கியம், கவிதை என்று அவர்கள் ஏதேதோ பேசிக் கொண்டார்கள். அவை அரைகுறையாக என் காதிலும் விழுந்தன.

நல்லமனிதர்களான அவர்கள் எனக்கு கெட்ட கவிதைகளை அறிமுகம் செய்துவைத்தார்கள். இதில் சதித்திட்டம் ஏதுமில்லை. ஏனெனில் அவர்கள் அதைத்தான் நல்ல கவிதைகள் என்று நம்பினார்கள். கட்சி அவர்களுக்குச் சொல்லித் தந்ததை அவர்கள் எனக்குச் சொல்லித் தந்தார்கள். கவிதை எழுதப்பட்ட காகிதத்தை முகர்ந்துபார்த்து அதில் ரத்தவாடையடித்தால் அது நல்ல கவிதை என்றும், அடிக்காதபட்சத்தில் அது கவிதையல்ல என்றும் முடிவு செய்துகொள்ளும் வழக்கம் அவர்களிடம் இருந்தது. அவர்கள் எனக்கு நல்ல கவிதைகளைக் காட்டவில்லை. கவிதையின்

வடிவத்தைக் கற்பிக்கவில்லை. சொல்லை எப்படி ஏந்தி எப்படிச் சுழற்ற வேண்டும் என்பதைச் சொல்லித் தரவில்லை. ஆனால் பக்கத்து மனிதனைப் பார்க்கச்சொல்லி அவர்கள்தான் சொல்லித் தந்தார்கள். அந்த வகையில் அவர்கள் என் கவிதையின் ஆன்மாவுள் பங்கெடுக்கிறார்கள். மார்க்சின் இலக்கியம் பற்றிய இந்தப் புத்தகம் இயல்பாக இந்த நினைவுகளை என்னுள் கிளரச்செய்தது.

மார்க்சின் 'தூரிகை' என்கிற இப்புத்தகம் கணையாழியில் 1995 முதல் 1997 வரை தோழர் எழுதிய கட்டுரைகளின் தொகுப்பாகும். மார்க்சின் இலக்கியம் பற்றிப் பேசுகையில் தவிர்க்க இயலாமல் பாரதியும் வந்து சேர்ந்திருக்கிறார். "முப்பது கோடியும் வாழ்வோம்: வீழில் முப்பது கோடி முழுமையும் வீழ்வோம்" என்கிற கனவும், "கடமையறியோம் தொழிலறியோம் கட்டென்பதனை வெட்டென்போம்" என்கிற விடுதலை ஏக்கமும், "கைவருந்தி உழைப்பவர் தெய்வம்" என்கிற உணர்ச்சிப்பெருக்கும் இயல்பாகவே இருவரையும் பிணைத்துவிடுபவைதான். மார்க்ஸ் வாசித்து, ஆராய்ந்து போராடிச்சொன்ன சமூகஅறிவியலை ஒரு பரிசுத்த உணர்வெழுச்சியால் சென்று தொட்டுவிட பாரதியால் முடிந்திருக்கிறது. இதையே நாம் "கலைவெற்றி" என்று சொல்கிறோம். இது கலையின் சிறப்புகூட அல்ல. இதுவே நல்ல கலையின் இயல்பாகும். அரசியலுக்குள் கலையின் இடத்தை ஸ்திரமாக நிறுவ பாரதி ஒருவரே போதுமானவர். பல இடங்களில் மார்க்சையும் பாரதியையும் பக்கம்பக்கமாக நிறுத்திக்காட்டுகிறார் தோழர். மறுபிறவி வாய்த்தால் என்ன செய்வீர்கள் என்கிற கேள்விக்கு "இப்போது செய்து கொண்டிருப்பதையே செய்வேன். திருமணம் செய்துகொள்வதைத் தவிர" என்று பதில் அளித்திருக்கிறர் மார்க்ஸ். மார்க்ஸ் என்கிற போராட்டக்காரர் இப்படிப் பதில் அளித்தது தியாகு என்கிற போராட்டக்காரருக்கு ரொம்பவும் பிடித்துவிட்டது போலும். இம்மேற்கோளை வெவ்வேறு இடங்களில் குறிப்பிடுகிறார் தியாகு. "வீடு பெறாவண்ணம் யாப்பதை வீடென்பார்" என்கிற பாரதியின் வரியை இத்தருணத்தில் தோழருக்குப் பரிசளிக்கிறேன்.

தங்களுக்குப் பிடித்த கவிஞர்கள் யார் என்கிற கேள்விக்கு மார்க்ஸ். "ஷேக்ஸ்பியர், ஏஷிலஸ், கதெ" என்று பதிலளிக்கிறார். இவர்களின் வரிகளை மேற்கோள்காட்டி அல்லது சற்று மாற்றி மார்க்ஸ் பயன்படுத்தி இருக்கிற இடங்களைத் தியாகு விரிவாக எழுதிச்செல்கிறார். இதன் ஊடாக இந்தக் கவிஞர்களின் காவியங்களை எட்டிப்பார்க்கும் வாய்ப்பும் நமக்குக் கிட்டுகிறது. ஷேக்ஸ்பியரின் 'வெனிஸ் நகர வணிகன்' என்கிற நாடகத்தைத் துணைகொண்டு பேசியிருக்கிற 'யூதத்துயரம்' என்கிற கட்டுரை

குறிப்பிடத்தகுந்தது. ஷேக்ஸ்பியரின் எழுத்துமீது மிகுந்த பற்றுடைய மார்க்சின் லண்டன் வீட்டில் 'ஷேக்ஸ்பியர் வாசகர் சங்கம்' அடிக்கடி கூடி அவரின் காவியங்களை வாசித்திருக்கிறது. மார்க்சின் மகள் எலீனார் சொல்கிறார்.

"ஷேக்ஸ்பியர்தான் எங்கள் வீட்டு வேதாகமம். எங்கள் கையிலோ வாயிலோ அவர் எப்போதும் இருந்துகொண்டிருப்பார்."

கொலம்பஸின் கடிதத்தை, கதேயின் கூற்றை, சோஃபாக்ளிஸின் வரிகளை மார்க்ஸ் கையாண்டிருப்பதைக் குறித்துப் பேசிச்செல்லும் தியாகு, மார்க்ஸ் தன் சித்தாந்தங்களைப் படைக்கையில் அவருள் இயல்பாகப் பீறிட்டெழுந்த கவித்துவத்தைப் பற்றியும் எழுதியிருக்கலாம் என்பது என் எண்ணம். அதாவது பிற இலக்கியங்களிருந்து பெறாமல் மார்க்ஸ் தானே படைத்தளித்த இலக்கியச் சாயைகள் குறித்து எழுதியிருக்கலாம் என்று சொல்ல வருகிறேன். உதாரணமாக நாம் அனைவரும் அறிந்த,

"இழப்பதற்கு ஏதுமில்லை அடிமைத் தளைகளைத் தவிர; பெறுவதற்கோ ஒரு பொன்னுலகமுண்டு" என்கிற வரி அவரின் சிந்தனாபுத்தி எழுதியதல்ல. கவிமனத்தின் பெருக்கமே என்பது என் எண்ணம். இதுபோன்ற நிறைய வரிகளை மார்க்ஸ் எழுதியிருக்கிறார். அவை குறித்தும் தோழர் எழுதியிருக்கலாம்.

இந்நூலில் *'perfection'* என்கிற சொல்லை "செந்நிறைவு" என்று மொழிபெயர்த்திருக்கிறார் தியாகு. ஒரு தமிழ் மாணவனாக இது எனக்குப் பிடித்திருந்தது.

நமது ஆசான்கள் கலையை, கவிஞர்களைப் போற்றி யிருக்கிறார்கள். அவர்களிடமிருந்து பெற்றிருக்கிறார்கள். இடையில் எங்கேயோ கலைமீதான ஏளனப் பார்வை நம்மைத் தொற்றிக்கொண்டது. "கலை அரசியலின் பணிப் பெண்ணல்ல" என்பது ஏங்கெல்ஸின் கூற்று. ஆம். அது ரோஸ் பவுடரோ, ஜிகினா பொட்டோ கிடையாது. அது ஒன்றைப் புறத்தே அலங்கரிப்பதல்ல. மாறாக அதன் உள்நின்று இயங்குவது. இந்தப் புத்தகத்தைத் தியாகு இப்படி முடிக்கிறார்:

"இத்தனை மொழிகள் கற்று இத்துணை இலக்கியம் கைக்கொண்ட மார்க்ஸ் நற்றமிழும் கற்று வளமார் தமிழ் இலக்கியமும் கைக்கொண்டிருப்பாரானால் தமிழ் இலக்கியத்திற்கும், மார்க்ஸ்க்கும், உலக இலக்கியத்திற்கும் என்ன விளைச்சல்!" "தமிழ் இலக்கியத்திற்கும், மார்க்ஸ்க்கும், உலக இலக்கியத்திற்கும்" என்கிற வரி அடிக்கோடிட வேண்டியவை. மார்க்ஸியமும் இலக்கியமும் ஒன்றுக்கொன்று கொண்டு கொடுத்துக்கொள்ள வேண்டியவை.

அவை தமக்குள் உரையாடலாம்; சண்டையிட்டுக்கொள்ளலாம். ஆனால் பிரிந்துசென்று விடக்கூடாது. மார்க்ஸின் கவிமனம் பற்றிய புத்தகம் மீதான இந்தக் கட்டுரையை ஒரு அசலான கவிதையுடன் முடிக்க விரும்புகிறேன். மு. சுயம்புலிங்கத்தின் கவிதை இது . . .

தீட்டுக்கறை படிந்த பூ அழிந்த சேலைகள்

நாங்கள் சந்தோசமாக இருக்கிறோம்
எங்களுக்கு ஒரு குறையும் இல்லை
டவுசர் இல்லை என்று குழந்தைகள் அழுகும்
ஒரு அடி கொடுப்போம்
வாங்கிக்கொண்டு ஓடிவிடுவார்கள்
தீட்டுக்கறை படிந்த பூ அழிந்த சேலைகள்
பழைய துணிக்கடையில் சகாயமாகக் கிடைக்கிறது.
இச்சையைத் தணிக்க
இரவில் எப்படியும் இருட்டு வருகிறது.
கால்நீட்டித் தலைசாய்க்க
தார்விரித்த ப்ளாட்பாரம் இருக்கிறது.
திறந்தவெளிக்காற்று
யாருக்குக் கிடைக்கும்
எங்களுக்குக் கொடுப்பினை இருக்கிறது.
எதுவும் கிடைக்காதபோது
களிமண் உருண்டையை வாயில்போட்டு
தண்ணீர் குடிக்கிறோம்.
ஜீரணமாகிவிடுகிறது.
எங்களுக்கு ஒரு குறையும் இல்லை
நாங்கள் சந்தோசமாக இருக்கிறோம்.

(பிசகு நிகழ்த்திய 'எழுத்தினூடே விரியும்
தோழர் தியாகுவின் சித்திரம்' நிகழ்வில் ஆற்றிய உரை)

உன்னதங்களின் பொந்திற்குள் புகுந்துவிளையாடும் எலிக்குஞ்சு
(ஞானக்கூத்தன் கவிதைகள்)

2000க்குப் பிறகு தமிழ்க் கவிதைகளுக்குள் நிகழ்ந்த பெருவிளையாட்டுக்களுக்கு ஒரு விதத்தில் சி.மணி,ஞானக்கூத்தன் ஆகியோர் துவக்கப் புள்ளிகள். ஞானக்கூத்தனின் விளையாட்டு சி. மணியைக் காட்டிலும் வெளிப்படையானதும் எளிமையானது மாகும். மரபின் காதும் நவீன மனமும் கொண்டவை என ஞானக்கூத்தன் கவிதைகளைச் சொல்லலாம். இவரின் சில கவிதைகள் தனிப்பாடல் திரட்டின் கவிதைகளை நமக்கு நினைவூட்டுபவை. ஆனால் பல தனிப்பாடல்களுக்குக் கவிதை அந்தஸ்து கிடையாது. அவை வெற்றுவிளையாட்டுகள். ஞானக்கூத்தன் கவிதைகளில் உள்ளது 'விளையாட்டு பாவனை.'

    ஊர்புகழும் மார்கழியை
    ஏன் டிசம்பர் கைவிட்டுப் போகிறது.

என்றொரு சிறிய கவிதை.

    பார்க்க ஒரு 'சுவாரஸ்யமான துணுக்கு' போலத் தென்படும் இவ்வரிகளுக்குள் புத்திஜீவிகள் என்றும் கலையாளுமைகளென்றும் போற்றப்படும் மனிதர் களின் துயரவாழ்க்கை அலையடிப்பதைக் காண முடிகிறது. ஊரே அடிவிழுந்து வணங்கியும் என்ன, டிசம்பருக்கு வேண்டியது மார்கழியிடம் இல்லை போலும்?

    எனது நவீனக்கவிதை வாசிப்பின் துவக்கத்தில்,
    பொய் சொல்லாமல் சொல்லுங்கள்
    உங்கள் குசுவிற்கு நீங்களே
    மூக்கைப் பொத்திக்கொண்டதுண்டா?

என்றொரு வரியைப் படித்தேன். படித்தமாத்திரத்தில் மூக்கைப் பொத்திக்கொண்டேன். கவிதை என்கிற உன்னதத்தில் இருந்து எழுந்த கெட்ட நாற்றத்தை என்னால் ஜீரணிக்க இயலவில்லை.

தமிழ் சினிமா 1931இல் பேசத் துவங்கியதாகச் சொல்கிறார்கள் அதன் கதாநாயகர்களில் யாருக்கும் 80 ஆண்டுகளாகக் குசு வரவில்லை. கடைசியில் 2011ஆம் ஆண்டு தோழர் தனுஷும், தோழர் செல்வராகவனும் சேர்ந்து அந்த 'சின்ன காற்றுப் புரட்சியை' நிகழ்த்திக் காட்டினார்கள். இந்தப் புரட்சியை நாயகி பாவத்திற்குள் நகர்த்துவது குறித்து நம்மால் யோசித்துப் பார்க்கவே முடியவில்லை. இப்படியாக நாம் மாசற்றதற்கு ஏங்குகிறோம். மாசற்றதையும் மகத்தானதையும் ரொம்பவும் ஆராதிக்கிறோம். மாசற்ற அழகு . . . மகத்தான அன்பு . . . மாசற்ற கவிதை . . . மகத்தான சித்தாந்தம் . . . மாசற்ற மொழி . . . மகத்தான தலைவர் . . . என. இப்படியாக நாம் பளிங்கில் கீறல்களைப் பொறுப்பதில்லை. லட்சியத்தின் உடலில் ஒரு சின்ன அழுக்குத்திட்டைக் காட்டினால் "பார்க்கமாட்டேன்" என்று நாம் தலையைத் திருப்பிக் கொள்கிறோம். ஆனால் ஞானக்கூத்தன் அவற்றைக் கண் திறந்து பார்க்கிறார். புனிதங்கள் எப்படி எல்லா லூட்டிகளையும் அடித்துவிட்டுப் புனிதங்களாகவே இருக்கின்றன என்பதை அவர் பார்க்கிறார். அங்கிருந்து எழுகிறது அவர் சிரிப்பு. அங்கிருந்து எழுகிறது அவர் கவிதை. அங்கிருந்து தான் அவர் நடராஜருக்கு நிபந்தனை விதிக்கிறார். "ஆடலரசே! எப்படியாயினும் ஆடு . . . உன் ஆட்டத்தில் திக்குகள் எல்லாம் சிதறட்டும். ஆனால் என் எண்ணெய்ப்புட்டி சிதறிவிடக்கூடாது. அது நடக்காதவரை உனக்கு என் மேசையில் இடமுண்டு." அது நடக்காத வரைதான் உனக்கு என் மேசையில் இடம் என்று கட் – அண்ட் – ரைட்டாக சொல்லிவிடுகிறார்.

எல்லா மொழியும் நன்று
கோவிக்காதீர் நண்பரே
தமிழும் அவற்றில் ஒன்று

என்று நிதானமாகப் பேசுகிறார்.

எல்லோரும் குடியானவன் ஏமாற்றப்பட்ட கதையைச் சொல்லிக்கொண்டிருக்கையில் ஞானக்கூத்தன் குடியானவன் ஏமாற்றிய கதை ஒன்றைச் சொல்கிறார். அப்படிச் சொல்ல அவருக்குப் பூரண உரிமையும் சுதந்திரமும் உண்டு. அந்தச் சுதந்திரத்தை வெளிப்படையாகவும் தைரியமாகவும் கைக் கொண்டவர் ஞானக்கூத்தன். கலை எப்போதும் விடுபடல்களைக் கோத்தெடுக்கவே விரும்புகிறது. அதுவே அதன் ஆதார குணம் என்கிற வகையில் ஞானக்கூத்தனின் சர்ச்சைக்குரிய

கவிதைகள் விவாதங்களுக்கான முக்கியத்துவத்தைப் பெறுகின்றன. பெரும்பான்மையின் பலத்தில் நிற்கும் சமூகநீதியல்ல கவிதையின் நீதி. அது முழுமுற்றான நீதிக்கே ஏங்குகிறது. அதன் கைக்கு அவ்வளவு உயரம் எட்டுகிறதோ இல்லையோ அது அந்தக் கொம்பைத் தொட்டுவிடத்தான் எம்பி எம்பிக் குதிக்கிறது.

கவிதையின் 'உம்மணாம்மூஞ்சியை' சிரிக்க வைத்த பெருமை ஞானக்கூத்தனுக்கு உண்டு. பேசிக்கொண்டிருந்த நவீனக் கவிதையைப் பாட வைத்த பெருமையிலும் அவருக்கு பங்குண்டு. அவருடைய சில கவிதைகள் புரியும்முன்னே நம்மை மயக்கிவிடும் மாயம் கொண்டவை. சில கவிதைகளை வாசித்து முடித்ததும் ஒரு பாட்டுப்பாடி முடித்த மனமகிழ்ச்சி நம்மைத் தொற்றிக்கொள்கிறது. இந்த இன்பத்திற்காகவும் அந்தக் கவிதைகளை அர்த்தச் சுமையின்றி திரும்பத் திரும்ப வாசிக்கலாம்.

பவழமல்லி என்றொரு கவிதை...

பவழமல்லி

கதைகேட்கப் போய்விடுவாள் அம்மா
மாடிக்கொட்டைக்குப் போய் விடுவார் அப்பா
சன்னத்தாலாட்டின் முதல்வரிக்கே குழந்தைத்தம்பி தூங்கிவிடும்
சிறுபொழுது தாத்தாவுக்கு விசிறியதும் அவரோடு வீடு தூங்கும்

பூக்களெல்லாம் மலர்ந்தோய்ந்த இரவில் – மெல்ல
கட்டவிழும் கொல்லையிலே பவழமல்லி
கதைமுடிந்து தாய்திரும்பும் வேளை மட்டும்
தெருப்படியில் முழுநிலவில் – அந்த நேரத்தனிமையிலே
என் நினைப்புத் தோன்றுமோடி ?

இந்தக் கவிதையைக் காதலில் இல்லாதவர்களும் வாசிக்கலாம். காதலில் உள்ளவர்களுக்குச் சுவை அதிகம். உவமைகள் என்னை அரிதாகத்தான் ஈர்க்கும். ஞானக்கூத்தன் கவிதைகளில் என்னை ஈர்த்த சில உவமைகளை என் சந்தோசத்திற்காகச் சொல்லிக்கொள்ள விரும்புகிறேன்.

. . . .
. . . .
தோப்புப்பனைகள் தொலைவாக
தாழைப்புதர்கள் உரசாமல்
நடக்கும் அவரைத் தெரிகிறதா ?

கையில் கொஞ்சம் நிலமுண்டு
ஸ்டேஷன் மாஸ்டர் கொடி போல
உமக்கு இருந்தால் தஞ்சையிலே
நீரும் நடப்பீர் அது போல

(காலைநடை)

ஊதாமசியில்
வெள்ளைத்தாளில் பதித்த
இடதுகைப் பெருவிரல் மாதிரி
விண்ணில் மேகத்திட்டுக்கள்

(நெல் மேல் வரைந்த 'அ')

உவமையல்ல ஆயினும் இந்த "போல"வும் என்னைக் கவர்ந்தது.

இரயிலின் கடைசிப்பெட்டியின் பின்புறம் போல்
சோகம் தருவது உலகில் வேறேது ?

(கடைசீப்பெட்டி)

பகடி செய்யும் கவிஞனுக்கு ஒரு பெரிய சிக்கலுண்டு... அவன் என்ன சொன்னாலும் அதைப் பகடி என்பார்கள். துரதிருஷ்டவசமாகப் பகடியின் நிழல் அவனின் அநேக எழுத்துக்களில் எங்கேனும் ஒரு மூலையில் விழுந்தும் தொலைத்து விடுகிறது. அவன் மழையில் வழுக்கி விழுந்தான் எனில் அவனுடைய வாசகன் கைகொடுத்துத் தூக்கிவிட்டபடியே "பிரமாதம் சார்... பகடியாக வழுக்கி விழுந்தீர்கள்" என்று சொல்வான். பிறகெப்படி பொச்சுக்காயத்தைக் காட்டுவது. "மிக்க நன்றி" என்று சொல்லிவிட்டு நகர வேண்டியதுதான். தான் விசைப்பலைகையில் கண்ணீர் சிந்தி எழுதிய வரிகளைப் படித்துவிட்டு ஊர் விழுந்துவிழுந்து சிரிப்பதை அவன் பார்க்கிறான். அப்படிச் சிரிப்பதில் அவனுக்கு வருத்தம் ஏதுமில்லை. ஒரு விதத்தில் அவன் விரும்பியதும் அதையே. ஆனால் அவன் எழுதுவது கவிதை என்றும் கவிதையின் குணாம்சம் வெறுமனே சிரிப்புக்காட்டுவது அல்ல என்றும் நாம் நினைவில் வைத்துக் கொள்வது நல்லது. 'அந்திமம்' என்கிற ஞானக்கூத்தனின் கவிதை ஒன்று உண்டு... அந்தக் கவிதையிலும் ஒரு சின்னச் சிரிப்பு சாயல் உண்டுதான். ஆனால், அந்தக் கவிதைக்குள் இருப்பவன் ஒரு நிராசையான மனிதன். அவன் தன் வாழ்வு இன்னும் தொடங்கவில்லை என்று நினைத்துக்கொண்டிருக்கையில் அது முடிந்துவிட்டதாகச் சொல்கிறார்கள்... "கிளம்பு... கிளம்பு" என்று அவசரப்படுத்துகிறார்கள். அவன் விழிக்கடை நீருடன் "போக மாட்டேன்" என்று அங்கேயே நிற்கிறான்...

அந்திமம்

பூ உதிர்ந்த முல்லைக் காம்பாய்
மரம்பட்ட
சாலைக்கென்னை
அனுப்பும் முன்
பேரைக் கொஞ்சம்
சோதித்துப் பாருங்கள் ஸார்.

'இலைமேல் எழுதும் இந்தியன்' கவிதையைத் தமிழக அரசு தன் பல்கலைக்கழகங்களில் பாடமாக வைக்க நான் ஆணை

யிடுகிறேன் . . . சரி . . . பரிந்துரைக்கிறேன் . . . சரி . . . கோருகிறேன். சரியப்பா . . . கெஞ்சிக்கேட்டுக்கொள்கிறேன். ஏற்கனவே அழுகிப்போன ஆப்பிளை ஃப்ரிஜில் தூக்கி வைத்துவிட்டு "கெட்டுப்போய்விடப்போகிறது . . . கெட்டுப்போய்விடப் போகிறது . . ." என்று நாம் தவிக்கும் தவிப்பிருக்கிறதே . . . பிரமாதமான நடிப்பு. சார், வழக்கமாகச் சொல்லிக்கொள்ளும் நொண்டிச்சமாதானம்தான். அந்த நீக்ரோ பெண்ணைக் கட்டித் தழுவிக்கொண்ட முட்டாள்களால் – நமது சந்தோஷத்திற்காக அவர்கள் கொஞ்சநேரம் முட்டாள்களாக இருக்கட்டும் – தங்களைப் போல அந்தக் கணத்தை இப்படி உறையவைக்க முடியவில்லை இல்லையா? நீங்கள் பாரீஸ் நகரத்தையே வெட்டிக் கொண்டு வந்துவிட்டீர்கள் அல்லவா? நமக்கு வாய்த்ததெல்லாம் இப்படிப் பத்து ... பத்து வரிகளைத் தவிர வேறென்ன சார்?

ஒரு கவிதையுடன் இந்த உரையை நிறைவு செய்ய நினைக்கிறேன். கவிதை ஞானக்கூத்தனுடையதல்ல, என்னுடையது.

அவரும் நானும்

இந்தாருங்கள், ஓர் உன்னதம் என்று
அவரிடம் நான் நீட்டிக்காட்ட
அவரதை நுணுகிப்பார்த்து
"யுரேகா. . . யுரேகா. . ."
என்று
வெற்றிக்களிப்பில் கூச்சலிட்டார்.

அங்கே பாருங்கள், ஓர் உன்னதம் என்று
நான் கண்டு சுட்டிக்காட்ட
அவரதைக் கூர்ந்து நோக்கி
"யுரேகா. . . யுரேகா. . ."
என்று
மகிழ்ச்சியில் கெக்கலித்தார்.

வேறெங்கும் போக வேண்டாம்.
உங்கள் பக்கத்தில் பாருங்கள், ஓர் அதிஉன்னதம்
என்று நான் முகஞ்சிவந்து சீறி எழ
"யுரேகா. . . யுரேகா. . ."
என்றவர்
பொறுமையாய் முணுமுணுத்தார்.

ஐயா,
ஓட்டை இல்லாததென்று வையத்தில் ஒன்றுமில்லை
சரிதான் விடுங்கள் என்றேன்.

உன்னதங்களைக் கட்டிக்கொண்டு நானழுவதென்றும்
ஓட்டைகளைக் கட்டிக்கொண்டு அவரழுவதென்றும்
சமரசம் கண்டது சர்ச்சை.

(ஞானக்கூத்தன் விஷ்ணுபுரம் விருது பெற்ற நிகழ்வில் வாசிக்கப்பட்ட கட்டுரை)

பிசாசைக் கொண்டாடுதல்

நான் இதுவரை "உலக சினிமா" எதையும் பார்த்ததில்லை. இது "எல்லாம் தெரியும்" என்கிற ஃபேஷனுக்கு எதிரான "எதுவும் தெரியாது" என்கிற ஃபேஷன் அல்ல. நிஜமாலுமே அந்த அனுபவம் எனக்கு வாய்த்ததில்லை. நானும் அதற்கு முயன்ற தில்லை. மொழி அதற்கு ஒரு முக்கிய காரணமாக இருக்கலாம். எனக்கு தமிழ் தவிர வேறு மொழிகள் தெரியாது. தமிழ்நாடு உலகத்திற்குள்தான் இருக்கிறது ஆனாலும் தமிழில் உலகப்படங்கள் வருவதில்லை என்கிறார்கள். "திரைக்கு மொழி அவசியமில்லை தம்பி" என்று எத்தனையோ வல்லுநர்கள் என்னிடம் சொல்லிச் சொல்லி ஓய்ந்து போனார்கள். ஒருமுறை தேவதை போன்ற பெண்ணொருத்தி "இதையெல்லாம் பார்த்தால் உன் எழுத்து பொலிவுறும்" என்று சொல்லி சில சி.டிக்களை வலியத் திணித்தாள். தேவதை சொல்லியும் நான் கேட்கவில்லை. அவையெல்லாம் உறை பிரிக்கப்படாமல் பத்திரமாகத் தூங்குகின்றன. இதற்குச் சில "உலக சினிமா வெறியர்களும்" காரணம். அவர்களைப் பார்த்தபின் அந்தப் படங்களைப் பார்க்கத் தோன்றவில்லை. பக்கத்து மாநிலமான மலையாள தேசத்தில் சில நல்ல படங்கள் வருவதாக நண்பர் சாம் அடிக்கடி அறிவுறுத்துவார். நான் ஒரு மலையாளப்பட ரசிகன். ஆனால் அப்படங்கள் "முழு நீளமானவையல்ல." ஆகவே அவை உலகப் படத்தில் சேர்த்தியல்ல. எனவே இக்கட்டுரை உலக சினிமா ரசிகர்களுக்கானதல்ல.

எனக்கும் மிஷ்கினுக்கும் ஒட்டோ உறவோ கிடையாது. 'சித்திரம் பேசுதடி' படத்தை இன்னும்

பார்க்கவில்லை. ‘ஓநாயும் ஆட்டுக்குட்டியும்’ அநேகருக்கும் பிடித்திருந்ததைப் போல எனக்கும் பிடித்திருந்தது. அவ்வளவே. ஆனால் மனம் 19ஆம் தேதிக்கு ஏங்கத் துவங்கிவிட்டது. அந்த ஏக்கத்தை என்னால் துல்லியமாகக் காணமுடிந்தது. எனக்கே இது விந்தையாகத்தான் இருந்தது. நெடுநாள் கழித்து நண்பர்களைக் காண இருக்கும் இலக்கியக் கூட்டங்களுக்குத் தான் மனம் இப்படி ஏங்குவது வழக்கம். என்னை நானே வினோதமாகப் பார்த்துக்கொண்டேன். ஆனால், 19ஆம் தேதி ஒரு மகத்தான நாளாக இருக்கும் என்று உள்ளிருந்து ஒன்று ஓயாமல் சொல்லிக்கொண்டே இருந்தது. அன்று மதியக்காட்சி பார்த்துவிட்டு டூவிலரில் வீடு திரும்பிக் கொண்டிருந்தேன். கண்ணாடி அணியாமல் எதிர்க்காற்றில் பயணம் செய்தால் கண்ணீர் கொட்டுவது இயற்கைதானே?

பிசாசைக் குறித்த என் வியப்பெல்லாம் கலையின் மர்மம் பற்றியதுதான். ஒரு சினிமாவில் இரண்டுபேர் காதலித்துக் கொள்கிறார்கள்; கட்டித் தழுவிக்கொள்கிறார்கள்; உதட்டைக் கவ்விக்கொள்கிறார்கள்; பிளேடால் கையைக் கீறிக்கொள்கிறார்கள். ஒன்றாகப் பள்ளத்தாக்கில் குதித்துச் சாகிறார்கள். நாம் சடவு முறிக்கிறோம். தயவு செய்து பாப்கார்ன் பாக்கெட்டைக் கைவிடும் படிக்கு அதன் இயக்குனர் நம்மிடம் மன்றாடுகிறார். நாம் அவரைப் பாவமாகப் பார்க்கிறோம். இன்னொரு சினிமாவில் நாயகி நாயகனை அரை வினாடி பார்க்கிறாள். நாயகன் நாயகியை இரத்தம் சிந்திய “கிடந்த கோலத்தில்” காண்கிறான். நாயகி நாயகனின் கையை ஒரு முறை பற்றிவிட்டு இறந்து போகிறாள். இதை நம் மனம் காவியம் என்கிறது. கண்ணீர் மல்குகிறது. ஏற்றுக்கொள்வது மட்டுமல்ல கொண்டாடவும் செய்கிறது. பிசாசைக் காதல் காவியம் என்றும் சொல்லலாம். மிஷ்கின் ஒரு கிழவியைப் போல் கதை சொல்கிறார். கிழவியைப் போல் கதை சொல்ல முதல் தகுதி கேட்பவர் எல்லோரையும் குழந்தைகளாக்கி விடுவதுதான். அவள் சொல்வதுதான் கதை. எதிர்க்கேள்வி கூடாது. இப்படித்தான் ஒருமுறை ஓநாயின் உடலில் ஒரு துப்பாக்கிக் குண்டு பாய்ந்துவிட்டது. அதைத் தூக்கி வந்து ஒரு ஆட்டிக்குட்டி வைத்தியம் பார்த்து புல்லட்டைப் பிடுங்கி வெளியே போட்டது. அடுத்த நாள் காலையில் அந்த ஓநாயைக் காணவில்லை என்று கதைவிட்டார். நாம் அதை வாயைப் பிளந்துகொண்டு கேட்டோம். இது போன்ற சாகசங்களெல்லாம் ரஜினி படங்களிலும் உண்டுதான். ஆனால் அவற்றிற்கு நாம் கலைமதிப்பு தருவதில்லை. மிஷ்கின் தன் நாயகியின் குணத்தில் ஒரு கோட்டைக் கூடத் தீட்டிக்காட்டாமல் அவள் ஒரு “பெருங்கருணைக்காரி . . . சரியா? என்று கேட்கிறார். ‘அதற்கு

என்ன அத்தாட்சி . . ?' என்று நாம் திருப்பிக் கேட்க அவர் அனுமதிப்பதில்லை. இந்த மௌனம் ஒரு அசாத்திய அழகை இத்திரைப்படத்திற்கு வழங்கி இருக்கிறது. படத்தின் முதல் காட்சிலேயே அந்தப் பெண்ணை நம் எல்லோரையும் காதலிக்க வைத்துவிடுகிறார். நாம் இப்படி காதலில் விழுந்த பிறகு நம் காதலியைக் குறித்து அவர் என்ன சொன்னாலும் ஏற்கிறோம். பொதுவாக மிஷ்கினை வாயாடி என்று சொல்கிறார்கள் . இந்தப் படத்திற்குப் பிறகு அவர் இன்னும் கொஞ்சம் வாயாடலாம். அதற்கான சுதந்திரத்தையும் தகுதியையும் பிசாசு அவருக்கு அருளியிருக்கிறது.

படத்தின் முதல் காட்சிலேயே நாயகிக்கு விபத்து நிகழ்கிறது. விபத்துக்குள்ளாகிக் கிடக்கும் முகமல்ல அது. அந்த முகத்தில் வலியின் அவஸ்தையோ முனகலின் ஹீனமோ துளிகூட இல்லை.

தெய்வீக அழகுடன், கருணையின் கண்களுடன் அது அப்போதும் மலர்ந்திருக்கிறது. இந்தப் படத்தில் பிரயாகா பிசாசாக வந்து பயமுறுத்தியதைக் காட்டிலும் போட்டோவாக வந்து பயமுறுத்திய காட்சி ஒன்று உண்டு. அந்த அழகு நம் முகத்தில் வந்து அறைகிறது. "அந்தப் பொண்ணு முகத்தப் பார்த்தீங்களாடா" என்கிற சாதாரண வசனம் அது இடம்பெற்ற காட்சியை ஒட்டி காதலின் தேவ வசனம் ஆகிவிடுகிறது.

இதுவரை பழிவாங்கத் துடிக்கும் பிசாசையே பார்த்துச் சலித்த நம் கண்கள் மன்னிக்கத் துடிக்கும் பிசாசொன்றைக் காண்பது நிச்சயம் ஒரு புது அனுபவம்தான். "அந்தக் குரூர உண்மையை" நோக்கி நாயகன் நகர நகரக் கருணையின் ஆத்திரத்தில் மூர்க்கமாகிறது பிசாசு. நாயகனை மேலும் முன்னேற விடாமல் காற்றை அனுப்பி ஆட்டோவைப் புரட்டிப் போடுவது, அவன் கழுத்தைக் கட்டிக்கொண்டு ஆங்காரமாகப் பின்னிழுப்பது, பின் அந்த ஆங்காரம் கேவலாக மாறிக் கால்களைக் கட்டிக்கொள்வது என்று எந்தத் தெய்வத்தாலும் செய்ய முடியாததைச் செய்கிறது இப்பிசாசு. தன்னுடைய எல்லா முயற்சிகளும் தோற்றுப்போக காரின் பின்னே அரூபமான கண்ணீருடன் அது அமர்ந்திருக்கும் காட்சி நெஞ்சை விட்டு அகலமாட்டேன் என்கிறது. தன்னைத் தன் துர்நினைவாக எஞ்சப்போகும் காரோடு சேர்த்து எரித்துக் கொள்கிறது பிசாசு. காரை எரித்துப்போட்டால் எல்லாம் எரிந்து விடுமோ முட்டாப் பிசாசே!

பேய்ப்படம் பார்த்துவிட்டு வெளியேறுபவர்கள் அழுத கண்களோடு போவதைப் பார்க்க புதிதாகவும் சந்தோஷமாகவும் இருக்கிறது. ராதாரவி தன் திரைவாழ்வில் எத்தனையோ மகள்களைப் பார்த்திருப்பார். அன்புத் தந்தையாக நடித்து

நடித்து அவருக்குச் சலித்துப் போயிருக்கும். அவர் இதற்கு முன்பும் இப்படி எத்தனையோ முறை "தொப்பென்று' கீழே விழுந்திருக்கிறார். அப்போதெல்லாம் நாம் அசையாதிருந்தோம். ஆனால் இந்த முறை அவர் விழுந்ததற்கு ஊர்கூடி அழுகிறது. "அநாதை . . . அநாதை . . ." என்றவர் புலம்பித் துடிக்க அவரைக் கட்டித்தேற்ற கீழிறங்கும் பிசாசின் கரங்கள் . . . அந்தக் கைகளைக் கூட எழுதிவிடலாம். ஆனால் கொஞ்சமாகத் தன் அப்பனின் கன்னங்களைத் தடவிப்பார்க்கும் அந்த விரல்களை எழுதுவது கடினம்.

இவ்வளவு நுட்பமான மடிப்புகள் இருக்கிற இப்படத்தில் அந்த "ஓட்டைக் குடத்திற்கு" வைக்கப்பட்டிருக்கும் "க்ளோசப்" மட்டும் மோசமாக உறுத்துகிறது. 'சுவரில்லாத சித்திரங்கள்' படத்தில் "விஷயம் ஊரறிந்து விட்டது" என்பதைச் சொல்ல குழந்தைகள் வைத்து விளையாடும் கொட்டுமேளத்தைக் காட்டியிருப்பார் பாக்யராஜ். அந்தக் காலம் மலையேறிப் போய்விட்டதல்லவா மிஷ்கின்? ஆனால் இந்தக் காட்சியை நுட்பமான சினிமா ரசிகர்கள் சிலர் சிலாகித்துப் பேசினார்கள். 'பச்சை, சிவப்பு' என்கிற அடுத்த காட்சிக்கான ஆரம்பம் அங்கிருந்தே துவங்கிவிட்டது என்று சொன்னார்கள். இப்படி ஏமாந்து போனேனே என்று வெட்கமாகத்தான் இருந்தது. ஆனாலும், சிவப்புத் தாவணியின் இடுப்பில் பச்சைக்குடம் என்பதை வியக்கும் என் மனம் அதை ஒழுகவிட்டதை இப்போதும் ஏற்க மறுக்கிறது.

'சப்–வே'யில் வாசிக்கப்படும் வயலின் உச்சத்திலேறி முற்றும் தருணத்தில் என்னவோ ஒரு கேள்வி கேட்கிறது? "வயலினே . . . ஏதாவது சின்னக் கேள்வியாய்க் கேளேன் . . . இவ்வளவு பெரிய கேள்விக்கு ஓர் அற்ப மானுடன் என்ன பதிலளிப்பான்?"

பிசாசு பியர் பாட்டிலை உடைக்கிறது. சிகரெட் பாக்கெட்டைப் பறித்துப் போகிறது. ஆனால் அக்காட்சிகள் நம் நெஞ்சோடு பேசுவது 'புகை பிடிக்காதீர்', 'மது அருந்தாதீர்' போன்ற ஒழுக்க வசனங்களையல்ல என்பது என் துணிபு. 'வாகனம் ஓட்டும்போது செல்போனில் பேசாதீர்' என்கிற அறிவுரையும் படத்தில் உண்டு. அதுவும் படத்தின் மையத்தில். இருந்தும் அப்படி ஒன்றிருப்பதையே நம் கவனத்தில் இருந்து மறைத்திருப்பதைக் "கலைவித்தை" என்று சொல்லலாம்.

பொதுவாக பியர்பாட்டிலை உடைத்துப்போடும் பிசாசை நமக்குப் பிடிக்காதல்லவா? பிறகேன் நாமிதை இப்படி சீராட்டு கிறோம்? என்னதான் நடக்கிறது கலையில்?

செவிநுகர் கனிகளின் இனிப்பும் சத்தும்

கவிஞரும் விமர்சகருமான க.மோகனரங்கனின் மூன்றாவது கவிதைத் தொகுப்பு இது. கடந்த சில வருடங்களாக இவர் "விமர்சகரும் கவிஞருமான" என்கிற முன்னொட்டோடு அழைக்கப்பட்டு வந்தார் அல்லது "இரக்கமின்றி" விமர்சகர் என்றழைக்கப் பட்டார். குறிப்பிடத்தக்க கவிதைகள் நிரம்பிய இத்தொகுப்பு தமிழில் இவரை ஒரு குறிப்பிடத்தக்க கவியாக நிறுவுகிறது. பார்க்க மெலிதாகத் தெரிகிற இத்தொகுப்பு உண்மையில் வாசகனிடம் அதிகமாக வேலை வாங்குகிறது. ஒரு தமிழ் மாணவனுக்கு மகிழ்ச்சியையும் பரவசத்தையும் தரவல்ல நிறைய கவிதைகள் இதில் உள்ளன. பக்கங்களைக் கொண்டு படைப்பை அளவிட இயலாது என்பது மீண்டும் ஒருமுறை இத்தொகுப்பின் மூலம் உறுதி செய்யப் பட்டுள்ளது. வெறும் 48 பக்கங்கள் என்று ஒரு வாசகன் நம்புவானாகில் அவன் ஏமாந்துபோகவே வாய்ப்புகள் அதிகம். ஒவ்வொரு பக்கத்தையும் புரட்ட அவ்வளவு நேரமாகிறது.

இன்றைய கவிதைகளின்மேல் இரண்டு குற்றச்சாட்டுகள் உண்டு. முதலாவது "இவை தமிழில் எழுதப்பட்டாலும் தமிழ் வாசனை இல்லை" என்பது. இரண்டாவது, "தமிழின் வளமார்ந்த இசைமொழி இவற்றில் இல்லை" என்பது. இந்த இரண்டு குற்றச்சாட்டுகளையும் இத்தொகுப்பை நோக்கிக் கூற இயலாது. இவை அசலான தமிழ்க் கவிதைகள்... மேலும் செவிநுகர் கனிகள். செவி நுகரும் கனிகள்

சமயங்களில் மோசமாகப் புளிப்பவை. நாம் அதில் சூப்பி ரசிக்க ஒன்றுமே இருக்காது. அல்லது ஒரே சூப்பில் மொத்தமும் மறைந்துவிடும். பளபளக்கும் தோலால் மூடப்பட்டிருந்தாலும் சமயங்களில் உள்ளே ஒன்றுமே இருக்காது. ஆனால் மோகன ரங்கனின் இக்கனிகள் இனிப்பும் சத்தும் நிரம்பியவை.

துள்ளும் மீனுக்கும்
தூண்டில் முள்ளுக்கும்
இடையே
எப்போதுமிருப்பது
கைசொடுக்கும் நேரம்தான்.
அதற்குள்
ஓடி முடிகிறது ஒரு நதி
தேங்கி நிறைகிறது ஒரு ஏரி
புரண்டு மறிகிறது ஒரு கடல்
தோன்றி மறைகிறது ஒரு கனவு
வாழ்வென மயங்குகிறது நினைவு.

(தோற்றமயக்கம்)

இதுபோன்ற வரிகளை நினைவில் வைத்து வைத்துச் சுவைக்கலாம்.

ஒரு கவிஞன் சொல்லை அறிந்திருக்கிறான். அவ்வளவு சூடான ஒரு சொல் எவ்வளவு சீக்கிரத்தில் ஆறிப்போகிறது என்பதைப் பார்க்கிறான். அதை நம்பிவாழும் அவனை அது எவ்வளவு மோசமாக ஏமாற்றுகிறது என்பதையும் பார்க்கிறான். அவனுக்குச் சொல்மேல் எவ்வளவு அன்புண்டோ அதே அளவு விரோதமும் உண்டு. அது அழைத்த குரலுக்கு ஓடோடி வரமாட்டேன் என்கிறது. அதனாலேயே ஒரு கவி தன் வாழ்நாள் முழுக்க அதை அழைத்துக்கொண்டே இருக்கிறான். சொல் நிழல் தருவதைப் போலவே அலைக்கழிக்கவும் செய்வதைத் தன் முன்னுரையில் குறிப்பிடும் மோகன், இத்தொகுப்பில் பயன்படுத்தி இருக்கும் சொற்கள் அலாதியானவை. புதர்மறைவில் நெடுநேரம் ஒளிந்திருந்து சரியான தருணத்தில் எய்யப்பட்ட பிழையாத பாணங்கள் என்று அவற்றைச் சொல்லலாம். இலக்கைச் சாய்த்துவிட்ட சந்தோசத்தை அவை தாராளமாகக் கொண்டாடலாம். சொற்களை நம்பாதவராக இருப்பதாலேயே அது குறித்த திருட்டுத்தனங்களில் தேர்ந்தவராக இருக்கிறார்.

“பண்புடையாள் மாட்டு / பகிர்ந்து கொள்ளும்/ முத்தங்கள்” என்கிற யுனிவர்சிட்டி மொழியைத் தந்திரமாகக் கவிதை மொழியாக்கி விடும் வித்தை அவருக்குக் கைகூடியிருக்கிறது.

‘மீகாமம்’ எனப் பெயரிடப்பட்டிருக்கும் இத்தொகுப்பு காமத்தின் வெவ்வேறு ரூபங்களை நம்முன் வைக்கிறது. அது எப்படி

முத்தமிடும்? எப்படி நஞ்சூட்டும்? முத்தமிடும் பாவனையில் நஞ்சூட்டி, நஞ்சூட்டும் பாவனையில் முத்தமிட்டு, அவிழாத புதிரின் தீராத இளமையில் நின்று அது எப்படிக் கள்ளச்சிரிப்புச் சிரிக்கும் என்பதை நமக்கு எழுதிக்காட்டியிருக்கிறார் மோகன்...

யவனராணி

களைந்த பின்
தேடி
ஏமாறுகிறேன்.
உடுத்தி
நீ
நடக்கையில்
பிறப்பித்து
உலவவிட்ட
இரகசியங்கள்
ஒவ்வொன்றையும்.

இந்தக் கவிதையை வாசித்து முடித்ததும் வியப்பும் துக்கமும் மேலிட்டது. வியப்பை விவரிக்க வேண்டியதில்லை. துக்கத்திற்கான காரணம் இது என்னுடைய கவிதை என்பதால். என்றாவது ஒரு நாள் இந்தக் கவிதையை நான் எழுதிவிடுவேன் என்றிருந்தேன். "நானே எழுதுவேன்" என்று இறுமாந்திருந்தேன் என்றும் சொல்லலாம். நீண்ட பெருமூச்சுடன் இக்கவிதையைத் திரும்பத் திரும்ப வாசித்தேன். தீராத ஆதங்கத்தில் அப்போது உரையாட நேர்ந்த ஒரு மூத்த கவிஞரிடம் இக்கவிதையைப் பகிர்ந்துகொண்டேன். அவர் நெஞ்சு நெஞ்சாக அடித்துக்கொண்டார். ஏன் என்று விசாரித்தால் "இது அவருடைய கவிதையாம்." இப்படியாக இந்தக் கவிதை வாழ்வாங்கு வாழட்டும். முழுக்கச் சுற்றி இழுத்துச் செருகிய பின் ஒரு சின்ன சதுரம் போன்று வெளித்தெரியும் இடையைக் கண்டுதான் ஒருவனுக்குப் புத்தி பேதலித்துப் போகிறது. ரவிக்கையின் மேல்வெட்டில் பளீரிடும் முதுகுப் பரப்பில் அவன் வாழத் துவங்குகிறான். முற்றாக களைந்துவிட்டபின் அவன் அதை அங்கு தேடுகிறான். பாவம், மோசமாக ஏமாந்து போகிறான். "இங்குதானே இருந்தது ... இங்குதானே இருந்தது" என்றவன் பரிதவிக்கிறான். அவனுக்கு "அது அங்குதான் இருக்கிறது" என்பது உறுதியாகத் தெரியுமாகையால் தன் வாழ்வு முழுக்க அதைத் தேடியலைகிறான்.

வாழ்க்கை – நாடகம் – ஒப்பனை – முகமூடி என்று பேசிச் சலித்த விசயங்களைத்தான் பேசுகிறது ஒரு கவிதை. ஆனால் அக்கவிதைக்கு இடப்பட்டிருக்கும் தலைப்பு வசீகரிப்பதாக இருக்கிறது. 'ஆயிரத்து ஒருவன்' என்று தலைப்பிடப்பட்டிருக்கிறது. ஆயிரத்தில் ஒருவனின் காலம் முடிந்துவிட்டது போலும். இது

ஆயிரத்து ஒருவன்களின் காலம். ஒரு சொல்லைக் கொஞ்சம் நகர்த்தி வைத்து அதை முற்றாக மாற்றிவிடும் ரசவாதத்தை இத்தலைப்பு செய்திருக்கிறது இன்னொரு தலைப்பு குறித்தும் சொல்ல வேண்டும்.

கூட்டிலிருந்து
விழுந்தெழுந்து
பயத்தோடு,
பறக்கக்
கற்றுக்கொள்ளும்
குஞ்சுப் பறவைக்காக
குனிந்து கொடுக்கிறது
வானம்.

கொஞ்சம் பிசகியிருந்தால் ஒரு தன்னம்பிக்கைக் கவிஞராகி உயர்தர உணவகங்களில் பொன்னெழுத்துக்களால் பொறிக்கப் பட்டு தொங்கவிடப்பட இருந்த ஆபத்திலிருந்து இத்தலைப்பின் மூலம் தப்பியிருக்கிறார் மோகன். இக்கவிதை 'கொஞ்சம் போல' என்று தலைப்பிடப்பட்டிருக்கிறது. இப்போது அந்தக் கவிதையை ஒரு முறை திரும்ப வாசிக்கும்போது அதன் தொனி மாறியிருப்பதைக் காணலாம். "தன்னம்பிக்கைக் கவிஞனின்" மனதில் "கொஞ்சம் போல" என்கிற சொல்லே கிடையாது. அவருக்கு எல்லாமே "ரொம்ப போல" அல்லவா?

இத்தொகுப்பின் கவிதைகளில் பழந்தமிழ்க் கவிதைகளின் வரிகள் சில ஊடாடி வருகின்றன. தமிழில் இதற்குமுன் சி. மணி இம்முறையை கையாண்டிருக்கிறார். இம்முறை கவிதைக்கு ஒரு 'புத்தழகை' நல்கவே செய்கிறது. இக்கவிதைகளை பரிசிக்க கொஞ்சம் பழந்தமிழ் வாசிப்பு அவசியமாகிறது. அப்படி இருக்கும் பட்சத்தில் வாசிப்பு இன்னும் சுவையுடைத்தாகிறது. நேரே "மேற்கிலிருந்து" இறங்கி வரும் ஒரு வாசகன் இக்கவிதைகளின் முன் கொஞ்சம் தள்ளாடியே போவான். இம்முறை குறித்த என் தனிப்பட்ட அனுபவம் ஒன்றைப் பகிர்ந்துகொள்ள இது சரியான தருணம் என்று நினைக்கிறேன். நண்பர் ஒருவர் சமீபத்தில் சி. மணியின் கவிதைகள் குறித்த கட்டுரை ஒன்றை எழுதி இருந்தார். பிரசுரத்திற்குமுன் அவரும் நானும் பரஸ்பரம் எழுத்துக்களைக் காட்டிக் கொள்வது வழக்கம் என்பதால் அக்கட்டுரையைப் படிக்க நேர்ந்தது. அக்கட்டுரையில் சி. மணியின் கவிதையாகச் சிலாகிக்கப்பட்டிருந்த கவிதை 'பலபட்டடைச் சொக்கநாத புலவருடையது.' மணி இந்தக் கவிதையை அப்படியே தூக்கித் தன் நெடுங்கவிதை ஒன்றில் பயன்படுத்தியிருக்கிறார். 'தனிப்பாடல் திரட்டில்' சொக்கநாதப்புலவர் எழுதியிருப்பதாகக் காணப்படும் சுமார் 50 கவிதைகளில் என்னளவில இரண்டுதான் கவிதை.

அதில் ஒன்று அபாரமானது. அபாரமான அந்த ஒன்றையும் சி. மணிக்கு தூக்கித் தந்துவிட்டால் பாவமல்லவா சொக்கநாதர்? இத்தொகுப்பில் இடம்பெற்றிருக்கும் பழந்தமிழ் வரிகளைக் குறித்த சில குறிப்புகளைப் பிண்ணினைப்பாகத் தர முடியுமா என்பது குறித்து நாம் யோசிக்கலாம். 'விளக்குவது' கவிதையைக் கொல்கிறது என்பது உறுதியாகிவிட்டபடியால் அடிக்குறிப்பாகத் தர இயலாது. ஆனால் பின்னிணைப்பாகத் தரலாமா? அல்லது அதுவும் கவிதையைக் கொல்லுமா என்னும் சிக்கலை என்னிலும் அறிவு முதிர்ந்தோரிடம் விட்டுவிடுகிறேன். ஆனால் அந்த இணைப்பு ஒரு வாசகனைப் பழந்தமிழ்க் கவிதைகளை நோக்கி நிச்சயம் நகர்த்தும். அவன் போய் "சிறுகோட்டு பெரும் பழத்தை", உன்னித்தெழுந்த இளமுலையை, கள்ளத்தில் நீரருந்தும் மானை, ஓரேருழவனை, பாழ்காத்திருத்தலைப் பார்த்துவிட்டு வரட்டும்.

சில சொற்களை ஒரு குறிப்பிட்ட ஒன்றிற்கென்று எழுதித்தந்து விடுகிறோம். பிடிக்கிறதோ இல்லையோ அச்சொல் அதனோடே வாழவேண்டி இருக்கிறது. தினமும் உணர்ச்சியற்றுப் பாடப்படுகிற ஒரு பாடலின் உள்ளே சிக்கித்தவிக்கும் ஒரு நல்லசொல்லின் மீது கவிஞருக்கு இஷ்டமோ அனுதாபமோ பிறந்திருக்கிறது. தமிழ்த்தாய் வாழ்த்தில் இடம்பெறுகிற 'நின் சீரிளமைத் திறம் வியந்து செயல் மறந்து வாழ்த்துதுமே' என்கிற வரியில் இருக்கும் 'சீரிளமை' என்கிற சொல்லைத் தனியே பிய்த்தெடுத்து வந்து, தன் கவிதையின் மூச்சைக்கொடுத்து அதைப் புத்துயிராக்க முயன்றிருக்கிறார். இம்முயற்சி அவ்வளவு சுலபமானதல்ல. அரிதாகவே வெற்றி கிட்டும். எனினும் இப்பணி ஒரு கவிக்குச் சவாலானதும் அவசியமானதுமாகும் என்பது என் எண்ணம்.

கொண்டு
கூட்டிக்
கொள்ள முயலும்தோறும்
குழம்பிப் பொருள் மாறும்
உந்தன்
சீரிளமைத் தேகம் . . .

என்கிற வரியை எத்தனை முறை வாசித்தாலும் தேகத்தை முந்திக் கொண்டு 'கொடிக்கம்பம்' நம்மீது சாய்ந்துவிடுகிறது அல்லது என்மீது சாய்ந்தது.

தொகுப்பில் சில நல்ல காதல் கவிதைகள் உண்டு. நெடுநாள் கழித்துச் சந்திக்கும் தன் காதலியின் கார்குழலில் இருந்து தனித்தெழுந்து ஆடும் நரைமுடியைக் கண்ணுற்று அவர் பதறிப்போகிறார். "கருக்கலில் எழுந்து பறக்குமொரு கொக்கு" என்றவர் அரற்றுகிறார். காதல் இவரையும் விட்டுவைக்கவில்லை

என்பதை அறியும்போது என் மனதில் பெரும் நிம்மதியும் மகிழ்ச்சியும் குடிகொள்கிறது.

அறிவு ஜீவிகள், மகா கலைஞர்கள் பொதுவாக "அந்த விசயத்தில்" வீக் என்று சொல்லப்படுவதுண்டு. "அந்தவிசயத்தின்" பொருட்டு அவர்கள் அடிக்கடி சர்ச்சைகளில் சிக்கிக்கொள்வதும் உண்டு. நான் அறிவுஜீவியோ மகா கவியோ அல்ல என்பதால் எனக்கு அது குறித்து ஏதும் தெரியாது.

சுரி குழல்
நெளிவு;
தோடுடைய
செவி;
தொய்யா விள
முலைகள்;
திருவிறக்கத்தின் பாறபட்ட அரிவரித் தடம்:
இறுகிய
இடைபற்றித்
திரண்டொடுங்கி
மெலிந்திரங்கிடும்
மென் கால்கள்:
மேற் செல்ல
பொய்யா மலரெனப்
பூத்த சேவடிகள்:
திருக்காணவல்ல
தெள்ளியருக்கு
தேகமதும்
தெய்வமே.

என்கிறார் மோகனரங்கன். (தொழுகை)

நான் இவரை ரொம்ப நல்லவர் என்று நினைத்துக் கொண்டிருந்தேன். காமத்தின்முன் அதுவும் மீகாமத்தின்முன் யார்தான் நல்லவர்?

ஆசையைப்
பாவமென்று
எண்ணத்தலைப்படாத
பெண்ணெவளும்
அம்மணியென்றே
அறியப்படட்டும்

என்கிற வரியின் முன்னே நெடுநேரம் அசையாது அமர்ந்திருந்தேன்.

(ஈரோடு இலக்கியச் சுற்றம், தமிழினி பதிப்பகம் இணைந்து நிகழ்த்திய அமர்வில் வாசிக்கப்பட்ட கட்டுரை)

வெள்ளந்திக்கருளாள்

'மழை பற்றிய பகிர்தல்கள்' என்றொரு நீலக்கலர் புத்தகம். அந்தப் புத்தகம் வந்தபோது நன்றாக வரவேற்கப்பட்டது. மூத்த ஆளுமைகள் அந்தக் கவிதைகள் குறித்து நம்பிக்கையூட்டும் கருத்துக்களை வெளியிட்டார்கள். வாசிப்பின் பால்யத்தில் என்னை ஈர்த்த இந்தப் புத்தகம் சே.பிருந்தாவின் முதல் கவிதைத் தொகுப்பு. எனக்கான கவிதையைக் காட்டித்தந்த விரல்களில் ஒன்று அவருடையது. அதன் இயல்பான எளிமையாலும் குறுகத்தரித்தது போன்ற அதன் கச்சிதமான மொழிதலாலும் வெகுவாக ஈர்க்கப்பட்டேன். அப்போது நான் இடதுசாரிய கவிதைகளின்பால் ஈர்க்கப்பட்டவனாகவும் அதே சமயம் அதில் ஒரு போதாமையை உணர்ந்தவனாகவும் இருந்தேன். தோழர்களின் கண்ணீரைச் சந்தேகிப்பவனல்ல நான். அப்படிச் சந்தேகிக்க ஒரு பொட்டு யோக்கியதையும் எனக்கில்லை. அருவாளைக் கழுத்தில் வைத்து வசூலிக்கிற காலத்தில் அவர்கள் உண்டியல் ஏந்தி வருகிறார்கள். பொதுஜனம் "பிச்சைக்காரர்கள் வந்துவிட்டார்கள்" என்று அவர்களைக் கேலிபேசுகிறது. தொண்டிற்கென்றே அலைந்து கேலிக்கு ஆளாகி யாராலும் கண்டுகொள்ளப்படாமல் போகிறார்கள். ஆனாலும் அவர்களுக்குக் கவிதைக்குள் சரியாக அழத்தெரியவில்லை என்பது என் எண்ணம். அதற்கான பயிற்சி போதவில்லை. ஆமாம் பயிற்சி தான் ... கலைவாணி வெள்ளந்திகளுக்கு அருள மாட்டேன் என்கிறாள். இடதுசாரிய கவிதைகளில் நான் உணர்ந்த போதாமை என்னவென்பதைப் பிருந்தாவின் கவிதை ஒன்று எனக்கு சரியாகக் காட்டித் தந்தது.

> எந்தச் சாவு வீட்டிலும்
> பீறிட்டுக் கிளம்பி விடுகிறது
> பொறுக்க முடியாமல் அழுகை
> என் அப்பா இறந்த துக்கம் தாளாது

கவிதையிடமிருந்து நான் வாங்கிய முதல் அறை என்று இதைச் சொல்லலாம். இந்தக் கவிதை அழுவதற்கு முகத்தைக் கோணலாக்கிக் கொண்டு சிரமப்படவில்லை. அழுபவனுக்கு வெளியே நின்று அவன் தோளைத் தட்டி சம்பிரதாயமாக ஆறுதல் சொல்லவில்லை. மாறாக சாவு வீட்டில் இன்னொரு சாவு வீடாகக் கலந்து கொள்கிறது. இந்தக் 'கலந்து கொள்ளல்' நல்ல கவிதையின் இயல்புகளில் ஒன்று என்று நான் நினைக்கிறேன். "கவிதை என்பது சுயத்திலிருந்து கிளம்பி பொதுவை அணைத்துக் கொள்வதுதான்" என்கிற எனக்கான சூத்திரத்தை உருவாக்கித்தந்த கவிதைகளில் ஒன்று இது. இந்தக் கவிதையில் அப்படிச் சிலாகிக்க ஒன்றுமில்லையே என்று உங்களுக்குத் தோன்றலாம். ஆனால் இது என் வாசிப்பின் காலத்துடன் புழங்கியது. எனவே எனக்கு முக்கியமானது. அத்தொகுப்பின் கவிதைகளில் இருந்த கச்சிதத்தன்மை அனைவரையும் ஈர்த்தது. அது குறித்துப் பிரபஞ்சன் இப்படிச் சொல்லி இருந்தார்...

"சேதாரம் இல்லாமல் நகை பண்ணுவது பிருந்தாவுக்குக் கைவந்துள்ளது."

> வீசும் காற்றில்
> வீடே ஆடுகிறது
> விளக்குச் சுடருடன்

போன்ற கவிதைகள் அவர் கூற்றை மெய்ப்பிப்பதாகவே இருந்தன. ஆனால் இந்தத் தொகுப்பில் கொஞ்சம் சேதாரம் அதிகம் என்றுதான் சொல்ல வேண்டும்.

சில கவிதைகளில் காணக்கிடைக்கும் அவரின் பிரசித்தி பெற்ற வாள்மினுக்கத்தைப் பல கவிதைகளில் காண முடியவில்லை. அவை "தொள தொள" ஆடைகளை அணிந்துகொண்டு கோமாளியைப் போல் காட்சி தருகின்றன. சமயங்களில் இரண்டு கவிதைகளைச் சேர்த்துக் கட்டி ஒரு கவிதையாக முன்வைத்திருக்கிறார் பிருந்தா. அவை தனித்தனியே இருக்கையில் தோன்றும் அழகு, கட்டுதலில் மங்கிவிடுகிறது. உதாரணமாக 8 என்று எண்ணிடப்பட்ட கவிதைக்குள் இருப்பவை தனித்தனியான நான்கு கவிதைகள். முதல் கவிதை எனக்குப் பிடித்திருந்தது...

> எங்கிருந்து தொடங்குவது
> கிண்ணத்தில் அமிர்தம்
> எந்தப் பக்கம் அருந்தினாலென்ன

எல்லாமும் அதே ருஸி
உன்னை அருந்துகிறேன்

எனக்கு வர வர அன்பை வாசிக்கையில் வாந்தி வாந்தியாக வந்துவிடுகிறது. அன்பால் இயக்கப்படுபவன்... அடிக்கடி தழுதழுப்பவன்... நண்பர்களால் ஜீவிப்பவன்... இவைதான் என்னைப் பற்றிய எனது சித்திரமும். ஆனால் நமது அன்பு வெளியில் இருந்து கவிதைக்கு வரும் வழியில் 'ப்ளீச்' பண்ண அழகு நிலையம் போய்விடுகிறது. அல்லது வேண்டுமென்றே சட்டைப்பட்டனை அறுத்துவிட்டுக் கொண்டு பின்னூசி குத்திக்கொள்கிறது. அன்பு வெளியில் இருக்கையில் பகட்டில்லாததாக, போதுமான கனிவுடன், போதுமான பொறாமையுடன், போதுமான நீதியுடன், போதுமான தீங்குடன் இயல்பாக இருக்கிறது. அது கவிதைக்குள் வருகையில் கூடக்குறைய ஆகிவிடுகிறது. ஒரு சொல் மிகுந்துவிடுகிறது. அல்லது அரைச்சொல் போதாமல் போகிறது. இதற்கு நமது அன்பைக் குறை சொல்ல முடியாது. ஆனால் ஒரு கவிஞன் வாசகனின் முன்னால் அன்பையல்ல கவிதையையே முன்வைக்கிறான். இத்தொகுப்பின் அனேக கவிதைகளில் அன்பெனும் சொல் அகப்படுகிறது. அது அன்பாகவும் இருக்கிறது. ஆனால் குறைவான இடங்களிலேயே அதைக் கவிதையாகவும் உணரமுடிகிறது. அதிலும் சொல்லாகக் கூடப் புதிதாக இல்லாமல் பிருந்தா "அன்பு" என்னும் சொல்லையே தைரியமாக உபயோகித்திருக்கிறார். அப்படியெனில் சொல்தான் கவிதையா என்று கேட்டால், சொல்லும் தான் என்று சொல்வேன். சொல்புதிதும் பொருள்புதிதும் சேர்ந்தே சுவை புதிதாகிறது. 'மகளுக்குச் சொன்ன கதை' கவிதை குழந்தைக்குக் கதைசொல்லும் லாவகத்துடன் கையாளப்பட்டு கவிதையாகவும் தன்னை நிலைநிறுத்திக்கொண்ட சாதுர்யமான முயற்சி எனலாம். சில கவிதைகள் நிறைய வரிகளில் பேசுகின்றன. அவை அவசியமற்றவையாக இருக்கின்றன. உதாரணமாகத் 'தவிப்பின் மொழிபெயர்ப்பு' கவிதைக்குக் கடைசி நான்கு வரியே போதுமானது...

நதி மீதொரு சருகு
என்னவானதென
மரமும் நினைக்கவில்லை
நதியும் நிற்கவில்லை.

இந்த வரிகள்தான் நயமாகவும் புதிதாகவும் இருக்கின்றன. மேலே இருக்கிற 9 வரிகள் தரும் அயர்ச்சியில் இந்த நான்கு வரியும் துலங்கி வராது போகும் ஆபத்துண்டு. இதைப்போல சில கவிதைகளில் முழுக் கவிதை அயர்ச்சியைத் தந்தாலும்

இடையிடையே வைத்திருக்கும் சில வரிகளில் நாம் நம்மைப் புத்துணர்வாக்கிக் கொள்ளலாம்.

நாளை என்பதே இல்லை போல்
இன்றின் மேல் வெறித் தழுவல்

என்கிற இடைவரியை வாசித்தபோது இதுவே ஒரு தனிக் கவிதையல்லவா என்று தோன்றியது.

'அன்பின் அலை(க்கழிப்பு)கள்' இப்படி எழுதப்பட்ட ஒரு கவிதை இருக்கிறது இத்தொகுப்பில். அந்தக் கவிதை இப்படி சமர்ப்பிக்கப்பட்டிருக்கிறது "என் எல்லா நட்பூக்களுக்கும்." உங்களிடம் இதைப்போன்ற அரதப்பழசான குரங்காட்டி வித்தைகளைக் காண வருத்தமாக இருக்கிறது பிருந்தா. நட்பு என்பதை 'நட்பூ' என்று எழுதத்தான் இத்தனை தூரம் கால்கடுக்க நடந்து வந்தீர்களா?

இடதுசாரிய கவிதைகளைக் குறித்துச் சொல்கையில் வாணி வெள்ளந்திகளுக்கு அருள்வதில்லை என்று சொன்னோம். துரதிஷ்டவசமாக இப்போது அதையே பிருந்தாவிற்கும் சொல்ல வேண்டி இருக்கிறது. தாய்மையின் பூரிப்பு, ப்ரியத்தின் நெகிழ்ச்சி, பிரிவின் துக்கம், அன்பன்பன்பெனும் புல்லரிப்பு இவை ஒரு வெள்ளந்திக்குப் போதுமானது. ஆனால் கவிஞனுக்குக் கொஞ்சம் திருட்டுத்தனமும் தேவைப்படுகிறது பிருந்தா. அதை அவளிடம் யாசியுங்கள்.

இறுதியாகப் பிருந்தாவிடம் சொல்லிக்கொள்ள ஒன்று உண்டு.

அது "கவிதையை இன்னும் கொஞ்சம் மதியுங்கள்" என்பதே. கவிதைத் தொகுப்புடனேயே ஒரு விமர்சனவுரையையும் இணைத்து வெளியிடுவது, அதை உங்களின் வாசகனையே எழுத வைப்பது ஆகியவற்றில் நீங்கள் கவிதைமேல் காட்டுகிற அக்கறை வெளிப்படுகிறதுதான். ஆனால் நான் சொல்ல வந்தது அதையல்ல.

"ஒரு கவிதையுடன் எப்படி உறவாட வேண்டுமோ அப்படி உறவாடுங்கள்" என்று சொல்கிறேன்.

(சே. பிருந்தாவின் 'மகளுக்குச் சொன்ன கதை' தொகுப்பில் இடம்பெற்றிருக்கும் விமர்சனவுரை)

கவி – கவிதை – கலகம் – கலப்படம்: சில அடிப்படைக் குழப்பங்கள்

இது என்னுடைய கட்டுரை. எனவே இவை என்னுடைய சந்தேகங்களும் குழப்பங்களுமாகும். இதே குழப்பமும் சந்தேகமும் கொண்ட ஒரு வாசகன் இயல்பாக இக்கட்டுரையுடன் இணைந்து கொள்கிறான். நம் கிறுக்குத் தெளிய மேற்கொள்ளப் படும் இச்செயலின் முடிவில் நம் தலை மேலும் வீங்கிவிடவும் வாய்ப்புண்டு. ஏனெனில், இப் பயணத்தின் "வழிகாட்டும் பலகைகள்" அவ்வளவு நேர்மையானவையாக இல்லை. இதன் திசைகள் எப்போதும் சுழற்சியில் இருக்கின்றன. இப்போது நாம் கிழக்குத் திசை நோக்கிப் பயணிக்க வேண்டும். எனவே "மேற்கு" என்று குறிக்கப்பட்டிருக்கிற பாதையின் வழியே தந்திரமாக நமது பயணத்தைத் துவங்கலாம்.

கலை தன் "சோதி ப்ரகாசத்தை" நமக்கு காட்டி மறைக்கிறது. மானுட வாழ்வின் பொற்கணம் ஒன்றை ஏந்தி நம் உயிர் தளும்பி வழிகிறது. கடவுளைக் காண கடுந்தவம் புரியும் ஒருவன் கண்ட மாத்திரத்தில் கண்களை மூடிக்கொள்கிறான். அப்படிக் கண்களை மூடிக்கொள்ளச் செய்வதன் பெயரே கடவுள். நாம் அதைப் பார்க்க முடியாது. அதனூடே பேச முடியாது. மாறாக அதன் சோதியும் ப்ரகாசமும் எங்கிருந்து வருகிறது என்று பார்த்து விடலாம் என்று கிளம்பிய பலரும் ஒரு அதிகாலையில் இரத்தம் கக்கிக் கிடந்திருக்கிறார்கள். இரத்தம் கக்கிச் சாகத் துணிந்தவர்கள் என்னோடு வரலாம்.

கவிதை என்றால் என்ன என்பது பலநூறு பதில்கள் உலவும் ஒரு அரதப்பழசான கேள்விதான். ஆனால் அந்தப் பல நூறு பதில்களும் கவிதையை மேலும் மர்மமாக்குகின்றன. மேலும் இளமையாக்குகின்றன. பலநூறு பதில்கள் இருக்கும் ஒரு கேள்வியின் அதிகாரம் சற்றுப் பெரியதுதான். "கவிதை என்பது... என்று துவங்கும் ஒரு வரியின் முன்னே ஒரு கவிதை வாசகன் பெரும் பரபரப்படைந்து விடுகிறான். தன் எல்லாக் கண்களையும் திறந்து வைத்துக்கொண்டு அவன் அந்த வரியையே உற்றுப்பார்க்கிறான். பிறகு ஏமாற்றமடைகிறான். "கவிதை பொதுமக்களின் ரொட்டி" என்கிற ஒரு கூற்றை முகநூலில் பார்த்தேன். நண்பன் வெய்யில் தன் பக்கத்தில் இதைப் பகிர்ந்திருந்தான். படித்த மாத்திரத்தில் பிடித்துப் போனது. கொஞ்சம் பரவசமாகக் கூட இருந்தது. ஆனால் கொஞ்சம் நிதானமாக யோசித்தால் குழப்பங்கள் துவங்கிவிடுகின்றன. இந்த வாசகத்தின் முன்னும் பின்னும் அறிஞர் என்ன சொல்லியிருந்தார் என்பது எனக்குத் தெரியாது. ஆனால் இக்கூற்றை மட்டும் வைத்து யோசித்தால் இதில் என்னவோ பிழை இருப்பதாகவே தோன்றுகிறது. எல்லோருக்கும் ரொட்டியை உறுதிப்படுத்த முடியாத நாம், கவிதையைப் பொதுமக்களின் ரொட்டி என்று சொல்வது ஜனநாயகத்திற்கு நியாயம் செய்வதாக இல்லை. கவிதைக்கும் நியாயம் செய்வதாக இல்லை. பசி காதை அடைக்கையில் ஒரு சொல் நான்காய் எட்டாய்ப் பிரிந்து தெரிகிறது. ரொட்டிக்கு ஈடாக எதையாவது தரமுடியுமெனில் அது ரொட்டியாகவேதான் இருக்கமுடியும். ஒருவேளை கவிதையை ஜனநாயகப்படுத்தும் ஆசையில் இக்கூற்று சொல்லப்பட்டிருக்கலாம். அப்படிச் செய்ய கவிதை முழு ஜனநாயகமானதும் அல்ல. அது மொழிக்குள் இயங்கும் இன்னொரு மொழி. நமது தேசத்தில் முழு எழுத்தறிவென்பதே இன்னும் சாத்தியமாகிவிடவில்லை. நமது பொதுமக்கள் முதலில் மொழியைக் கற்று, பிறகு இந்த பிரத்யேக மொழியைக் கற்க வேண்டும் எனும் பட்சத்தில் இக்கூற்று கவர்ச்சிகரமான ஒன்றாக மட்டுமே எஞ்சிவிடுகிறது. இப்படியாகக் கவிதை பற்றிய மேற்கோள்களால் கவிதையைச் சரியாகத் தைக்க இயலவில்லை. எனவே இன்னொரு மேற்கோள் பிறக்கிறது.

இன்றைய கவிதைக்கு இரசமான சொல்லிணைவுகளும் சப்த ஒழுங்கின் அழகுகளும் மாத்திரம் போதுமானதாக இல்லை. அது நவீன மனத்தின் ஒரு விள்ளலைக் கோருகிறது. அப்படியான கவிதையே இன்று சீராட்டப்படுகிறது. அதுவே இன்றைய கவிதையாகிறது. தாய்மை இங்கு காலகாலமாகக் கொண்டாடப்படுகிறது. தாய்மண், தாய்நாடு, தாய்மொழி என்று எல்லா விம்முதலுக்கும் நமக்குத் தாய் இல்லாமல் ஆகாது.

தாய்மையைப் போற்றி எண்ணற்ற பாடல்கள் புனையப்பட்டு விட்டன. அளவற்ற கண்ணீர் கொட்டப்பட்டுவிட்டது. ஆனால் இவ்விரு கவிதைகளும் பொருள் புதியன. எனவே நவகவிதை ஆகிவிடுகின்றன.

ஓடக்கு

அவள் எனக்குப் பசி தீர்த்தவள்
நீ காமம் தீர்த்தவள்

எருமை போல் வளர்ந்த நான்
அவளுக்குக் குழந்தை

எனக்கு என்னைப்போலல்லாத
ஒரு பிள்ளை வேண்டும்.

பற்றியெரிகிற தீயைப்
புணர்ந்து அணைக்கிற அன்பு மனைவியே

ஓங்கிய கையை நிறுத்திவிடு
மூச்சுத் திணறுகிறது

சூசகமாய் ஒரு வார்த்தை சொல்

சோற்றில் விஷம் வைத்து
என் அம்மாவைக் கொன்று விடுகிறேன்.

– என். டி. ராஜ்குமார்

கருணை

அம்மா ரொம்ப அன்பானவள்
ஈ எறும்பு கடித்து விடாமல் வளர்த்தவளல்லவா ?
தேங்காய் துருவிய கொட்டாஞ்சியைக்
கவிழ்த்துவைப்பாள்.
பால்ருசிக்கு எறும்புகள் மொய்க்க
அடுப்பினுள் போடுவாள்.
எறும்புகள் பொறியும் சத்தத்தைக்
குற்ற உணர்வில்லாமல் கேட்பாள்.
அவ்வளவு அன்பானவள் அம்மா.

– கரிகாலன்

இப்போது புதிதாகச் சொல்லப்படும் ஒன்றுதான் கவிதையா? என்கிற கேள்வி எழுகிறது. “கவிதை என்பது பிரிதொன்றில்லாத புதுமை” என்கிற வாசகத்தை ஜெயமோகனின் கட்டுரை ஒன்றில் படித்ததாக நினைவு. ஆனால் காலம் காலமாகச் சொல்லப்பட்டு வரும் ஒன்றேயேகூட கவி தன் விசேஷ தொடுகையால் கவிதை ஆக்கிவிடுவதைப் பார்க்கிறோம். உதாரணமாகத் தமிழில் எண்ணற்ற அழுவாச்சி கவிதைகள் எழுதப்படுகின்றன. முட்டிக் கொள்ளத் தோதான பாறை கவிதைதான் என்று பலரும் நம்புகிறார்கள். ஆனால் அந்த அழுகைக்கு நம் மனம் குலைய

மாட்டேன் என்கிறது. மாறாக எரிச்சல் அடைகிறது. சொல்லில் அழுவது ஒரு தனிக்கலை. அப்படி விசேஷமாக நிகழ்த்தப்படும் அழுகைகளுக்கு மாத்திரமே கவிதை அந்தஸ்து கிடைக்கிறது. மற்றவை இரக்கமற்றுப் புறந்தள்ளப்படுகின்றன.

கவிதையைப் பொதுவாகப் பாதி திறந்த கதவு என்று சொல்வார்கள். அவ்வளவில் திறந்திருக்கும் கதவின் வழியே வெளியேறும் காற்றும் ஒளியும் கலந்தே நல்ல கவிதைகள் பிறக்கின்றன என்பது நம்பிக்கை. எனக்கும் இந்த நம்பிக்கை உண்டு. ஆனால் கவிதை குறித்த இந்தக் கருத்து எல்லாக் கவிதைகளுக்கும் செல்லுபடியாவதில்லை என்று காட்டும் கவிதைகளும் உள்ளன. அப்படி ஒரு கவிதை:

முட்டாள்களிடம் கடவுள் அன்பாய் இருக்கிறார் என்பது உண்மைதான்

வித்வான் சண்முகசுந்தரம் ஒரு தவில் கலைஞர்
அவர் எல்லோராலும் முட்டாளாக
மதிக்கப்படுபவரென்றால் அது மிகையாகாது.
குறிப்பாக அவரது மூத்த சகோதரர் பாலண்ணன்.
எவ்வளவு நேர்த்தியாக அடித்தாலும்
ஒரு அடி பிந்திவிடுவது ஷண்முகத்தின் வழக்கம்.
அப்போதெல்லாம் பாலண்ணன் லாவகமாக
நாதஸ்வரத்தால் ஒரு இடியிடிப்பார்.
சிலர் இவரை 'தனித்தவில் கலைஞர்' என்றும்
நகைச்சுவையாகக் கூறுவதுண்டு.
அன்று மாவட்ட எல்லையில் ஒரு வரவேற்பு நிகழ்ச்சி.
வாசித்துக்கொண்டிருந்த நூறுவித்வான்களில்
ஸ்ரீமான் ஷண்முகசுந்தரம்
ஒன்று முதலாவதாகயிருந்தார்
அல்லது கடைசியாக இருந்தார்.
நிகழ்ச்சி முடிந்து
செம கடுப்பில்
அவரை அம்போவென கைவிட்டுக் கிளம்பினர்.
தான் ஒரு முட்டாள் என்பதையறியாத
ஷண்முகசுந்தரம்
உண்மையாகவே தனித் தவிலடித்தபடி
நெடுஞ்சாலையில் நடக்கிறார்.
டாரஸ் லாரியில் வந்த கடவுள்
நிறுத்தி
வருகிறீர்களா என்று கேட்டார்.
அப்போது ஸ்ரீமான்
ஷண்முகசுந்தரத்திற்குப் பெருமை பிடிபடவில்லை.

(கண்டராதித்தன் கல்குதிரை)

இந்தக் கவிதையில் கதவு முழுக்கவே திறந்து கிடக்கிறது. ஆனாலும் இதைக் கவிதையில்லை என்று அவ்வளவு எளிதில் நிராகரிக்க இயலவில்லை. இப்படி மேற்கோள்களுக்குச் சிக்காமல்

கவிதை திமிறி எழும்போது அதன்மேல் ஒரு புகைமூட்டம் படிகிறது. நாம் கவிதை மர்மமானது என்று சொல்லத் துவங்குகிறோம். கவிதை மர்மமானது என்று சொல்லத் துவங்குவது "அது புனிதமானது" என்று சொல்லத்துணிவதின் ஆரம்பம் என்று கருதிப் பலரும் தங்கள் எதிர்ப்பைத் தெரிவிக்கிறார்கள். இப்படியாக அது புனிதமானவர்களால் புனிதமானவர்களுக்கு எழுதப்படுவது என்றாகிவிடுமோ என்கிற ஆதங்கத்தில் அர்த்தம் இருக்கவே செய்கிறது. எனவே "கவிதை ஒருநாளும் புனிதமானதில்லை: ஆனால் மர்மமானது" என்கிற புதுக்கோட்பாட்டை உருவாக்கலாமா என்று யோசிக்கிறேன்.

எழுத்துச் செயல்பாடுகூட அவ்வளவு துலக்கமானதாக இல்லை. ஒரு தூண்டுதலை நம்பித்தான் கவிஞன் பேனா மூடியைத் திறக்கிறான். ஆனால் எது போலியான தூண்டுதல், எது வலுவான தூண்டுதல் என்பதை அவ்வளவு எளிதில் கண்டுகொள்ள முடிவதில்லை. என் அனுபவத்தில் இப்படி ஒரு சொல்லை நம்பி நட்டாற்றில் நின்ற கதைகள் பல உண்டு. ஒரு விளையாட்டுப் பாவனையில் தொடங்கி எழுதப்பட்ட சில கவிதைகள் சீராட்டப்பட்ட அனுபவமும் உண்டு. கவிஞர் நேசனுடன் ஒருமுறை அவருடைய காத்திரமான கவிதை ஒன்றைக் குறித்துப் பேசிக்கொண்டிருக்கையில் "ஒரு சாதாரண தினத்தந்திச் செய்தியைப் பார்த்துத்தான் அதை எழுதினேன்" என்று சொன்னது இப்போது நினைவுக்கு வருகிறது. "100 கவிதை எழுதத் தெரிந்தவனுக்கு 101ஆவது கவிதையை எளிதாக எழுத முடிந்துவிடுவதில்லை" என்கிற தேவதச்சனின் வாசகமும் கூடவே நினைவுக்கு வருகிறது. என்ன நடக்கிறது என்று தெரியாமல் ஒரு கவிஞன் ஒரு பருவத்தில் எழுதிக் குவிக்கிறான். பிறகு என்ன நடந்தது என்று தெரியாமலேயே இன்னொரு பருவத்தில் அவன் வற்றி உலர்ந்து போகிறான். எல்லாச் சொற்களும் அவனை விட்டுவிட்டுத் தூரத்தே போய்விடுகின்றன...

'இடமும் இருப்பும்' வெளிவந்து சரியாக மூன்றாண்டுகளுக்குப் பின் இப்போது 'நீராலானது' வெளிவருகிறது. சில மாதங்கள் முன்புவரைகூட ஒரு புதிய கவிதைத் தொகுதியினை வெளியிடுவதற்கான எந்த ஆயத்தத்தையும் நான் கொண்டிருக்கவில்லை. 1999, 2000 ஆண்டுகளின்மீது மனவறட்சியின் சாப நிழல் படிந்திருந்தது. இக்காலகட்டத்தில் ஒரு சில கவிதைகளையே எழுதினேன். அவை ஈரமற்றிருந்தன. கவிதைக்கான புலன்கள் அழிந்து என் படைப்பியக்கத்தின் அந்திமப் பருவத்தை எய்திவிட்டேனோ எனத் தோன்றும் படியாக எல்லாமே சலனமற்றுப் போயிருந்தன. என் மொழியின் வழியாக எப்போதும் வெளியேறிக் கொண்டிருப்பவனாக

இருந்தேன். தற்செயலாக நான் வர நேர்ந்துவிட்ட ஒவ்வொரு இடத்திலிருந்தும் நாற்காலிகளிலிருந்தும் முடிவுகளிலிருந்தும் உணர்வுகளிலிருந்தும் முடிவில்லாமல் வெளியேறிக்கொண்டேயிருப்பதுதான் எனது எழுத்தின் பயண வழியாக இருந்திருக்கிறது. எழுத முடியாது என்பது வெளியேற முடியாது என்பதையே குறித்தது.

2001ஆம் ஆண்டில் வேறொரு பருவம் வந்தது. நூற்றுக்கும் மேற்பட்ட கவிதைகளை எழுதினேன். இது இதற்குமுன் கடந்த பத்தாண்டுகளில் எழுதிய கவிதைகளின் எண்ணிக்கையைவிட அதிகம். ஏதோவொன்று திடீரெனத் தெறித்தது போலிருந்தது. என்ன நிகழ்கிறது என்று சொல்லத் தெரியாத ஒரு தளத்தில் வேலை செய்வதைவிட அச்சுறுத்துவது ஒன்றுமில்லை. யாரோ ஒரு விளக்கை ஏற்றிவைப்பது போலவும் பிறகு அவர்களே ஊதி அணைத்துவிட்டுப் போவது போலவும் தோன்றும் நிகழ்வில் நான் எங்கே இருக்கிறேன் என்பதைப் புரிந்துகொள்ள முடியாதிருக்கிறது. படைப்பு நிலையின் இடையறாத அலைகள் நிரம்பிய இக்காலகட்டத்தில் சாரமும் உவகையும் மிக்கவனாக இருந்தேன். நிம்மதியின்மைகளை எழுதுகிற சந்தர்ப்பங்களிலும் எழுதிக்கொண்டிருக்கிறோம் என்ற நிம்மதி வெகு ஆழமாக இருந்திருக்கிறது...”

(மனுஷ்யபுத்திரனின் ‘நீராலானது’ முன்னுரையில் இருந்து . . .)

“கவிதை இன்றியமையாதது, அது எதற்காக என்பது மட்டும் எனக்குத் தெரியுமானால்” என்கிற இன்னொரு மேற்கோளையும் முகநூலில் பார்க்க முடிந்தது. இந்த மேற்கோள் கவிதையைப் புனிதப்படுத்தவில்லை என்பது தெளிவு. ஆனால் முற்றாகப் புறக்கணித்துவிடவும் இல்லை. “கவிதை வேலைக்காகாது” என்று சொல்பவர்கள் கிளம்பிப்போகாமல் ஏன் அதையே பார்த்துக் கொண்டு நிற்கிறார்கள் என்பது நமக்கு விளங்குவதில்லை. கவிதையின் சமூகப் பயன் குறித்துத் தொடர்ந்து கேள்விகள் எழுப்பப்படுகின்றன. ஒரு பிரச்சனை பற்றி எரியும்போது “இந்தக் கவிதை என்ன செய்துகொண்டிருக்கிறது” என்கிற கேள்வி எழுகிறது. அப்போது அது வாழ்வோடு சம்பந்தமேயற்ற ஒரு ஆடம்பரப் பொருள் போன்ற ஏளனத்தோடு நோக்கப்படுகிறது.

ஏன் இப்படி எழுதிக்குவிக்கிறாய்
உனக்கென்ன பைத்தியமா
சொற்களின் மீது அப்படியென்ன மோகம்
. . . .
. . . .
எதைத் தடுத்துவிட முடியும்

இந்த முட்டாள் எழுத்துக்களால்
உன் இனம் நசுக்கப்படுவதை
உன் கடவுள்கள் கொல்லப்படுவதை
உன் மொழி விஷமூட்டப்படுவதை
உன் நிலம் சிதைக்கப்படுவதை
போ
போய் வேறு வேலையைப் பார்
பொருளீட்டு. . . புணர். . . சிரி. . . மரி. . .
கவிதையாம் மயிராம்

(இளங்கோ கிருஷ்ணன்)

ஈழப்போராட்டத்தின்போதும் இந்தக் கேள்விகள் எழுப்பப்பட்டன. எழுத்து சமூகத்தில் நிகழ்த்தும் தாக்கம் அவ்வளவு ஸ்தூலமானதல்ல என்று சொல்லப்படுகிறது. அது மானுடகுலத்தின் என்றென்றைக்குமான கீழ்மைகளுடன் ஓயாது மோதி வருகிறது. இப்படியாக அதன் ஆதார இயல்பே மானுட விடுதலை என்பதுதான். ஈழப்போராட்டத்தின்போது அதைப் பற்றியெரியச் செய்த கவிதைகள் எதுவும் இங்கு எழுதப்படவில்லைதான். மாறாகக் "குற்றவுணர்வின் பாடல்கள்" பெருகி வந்தன. "குற்றவுணர்வின் பாடல்களால்" ஒரு உபயோகமும் இல்லை என்று அவ்வளவு உறுதியாகச் சொல்லிவிட முடியாது. அப்படியெனில் சித்தாந்தங்களால், புரட்சிகளால், கலகங்களால், கட்சிகளால், அரசுகளால், உண்ணா நோன்புகளால், மனிதச்சங்கிலிப் போராட்டங்களால், கண்டன ஆர்ப்பாட்டங்களால், தீர்மானங்களால், கடையடைப்புகளால், மனித உரிமை ஆணையங்களால், மகத்தான நீதித்துறையால் கூடத்தான் ஒரு பயனும் இல்லாது போய்விட்டது. ஆனால் எழுத்தின்மீது மட்டும் "நீ என்ன புடுங்கினாய்" என்கிற கேள்வி மூர்க்கமாக முன்வைக்கப்படுகிறது. உடனடித்தாக்குதல் தராத ஒன்று உபயோகமற்றது என்று கருதவிட முடியாது. "கவிதை அன்றேயும் கொல்லும்: நின்றும் கொல்லும்" என்று சுகுமாரன் ஒரு நேர்காணலில் சொன்னது நினைவில் எழுகிறது. இப்படிச் சொல்லலாம்... இந்த முறை கவிதைக்குப் பதிலாகக் களத்தில் குதித்தது ஒரு கடிதம். எரிபுகும்முன் முத்துக்குமாரால் எழுதப்பட்டு விநியோகிக்கப்பட்ட அந்தக் கடிதம் தமிழின் முக்கியமான கடித இலக்கியமாக நிலைபெற்றிருக்கிறது.

கவிதை vs பிரச்சாரம் என்கிற பிரச்சனையும் ஓயாமல் நிகழ்ந்துகொண்டேதான் இருக்கிறது. நீ கவிதையின் வழியே என்ன செய்தாலும் அது கவிதையாக இருக்க வேண்டும் என்பது ஒரு நியதி. நமது "சமூகப்போராளிகளால்" மோசமாக வன்புணர்வுக்கு ஆளாக்கப்பட்டது கவிதைதான் என்பது என் எண்ணம். அதுவும் "ஹைகூ" என்கிற மினிபுரட்சி தமிழ்க்

கவிதையை வந்து தாக்கியபோது, அவர்கள் ஒரு நிமிடம் கூட கவிதையைச் சும்மா இருக்க விடவில்லை. என்னளவில் கவிதை ஒரு தனி உயிர். அது புரட்சியின் அடிமைச் சேவகனல்ல. நீங்கள் அதை எவ்வளவு மதிக்கிறீர்களோ அதே அளவுதான் அது உங்கள் புரட்சியை மதிக்கும். சமீபத்தில் வாசித்த வெய்யிலின் கவிதை ஒன்று தீவிரமான தத்துவ அரசியலை முன்வைத்துப் பேசுகிறது. கூடவே கவிதையையும் மதிக்கிறது, இல்லை . . . இப்படிச் சொல்லலாம் . . . அது கவிதையை மதித்து அரசியல் பேசுகிறது. எனவே அது சிறந்ததெனச் சீராட்டப்படுகிறது. . . நானும் சீராட்டுகிறேன் . . .

கொஞ்சம் மனது வையுங்கள் தோழர் ஃப்ராய்ட்!

நான் ஒரு நீண்ட துப்பாக்கியைக் கனவு கண்டேன்
நிச்சயமாக அது பாலியல் கனவு அல்ல மிஸ்டர் ஃப்ராய்ட்!
ராட்சத இயந்திரங்களால் குடைந்தெடுக்கப்பட்ட
மலைகளின் கொடுந்துளைகள் குறித்த கனவையும்கூட
என் மறையுறுப்போடு நீங்கள் தொடர்பு படுத்தக்கூடும்
தயவுசெய்து
உங்கள் கண்ணாடியைத் துடைத்துக் கொள்ளுங்கள் டாக்டர் ஃப்ராய்ட்!
என்னிடமிருப்பதிலேயே
பெரும்பிரச்சனைக்குரிய உறுப்பென்றால் அது
எனது இரைப்பைதான்
அரசு எங்களுக்குப் பிரமாண்டக் கனவுகளைத் தந்திருக்கிறதுதான்
அதில் ஒரு துண்டைக்கூட உப்பிட்டுத் தின்ன இயலாது
தாழ்மையாகவே உங்களுக்குச் சொல்கிறேன்
உங்களால் புரிந்துகொள்ள இயலாது ஆய்வாளர் ஃப்ராய்ட்!
நாங்கள் வயிற்றால்கூட கனவு கண்டிருக்கிறோம்
நான் சாமான்யை
எனக்குக் குழந்தைகள் இருக்கின்றன
உங்களிடம் சிறு உதவி வேண்டும் நண்பர் ஃப்ராய்ட்!
ஓர் எளிய நீதிக்காகச்
சட்டத்திற்குக் கேட்காதவாறு
ஐந்து தோட்டாக்களை நான் 'பயன்படுத்தி'விட்டேன்'
நீங்கள் மனதுவைத்தால்
தடயங்களேதுமின்றி
அதை ஒரு கனவாக மாற்றிவிடலாம்.

(வெய்யில்)

எழுத்து எழுத்தாளனுக்கு என்ன தருகிறது? அது வெகுஜன பத்திரிக்கையின் தீபாவளி மலரில் ஒரு 'ஸ்டாம்ப் சைஸ்' போட்டோவைத் தருகிறது. அதை விட்டுவிடுவோம். அவன் அட்டைப் படத்திலேயே வந்தாலும் அவனை எப்போதும் பார்க்கும் பத்துப்பேர்தான் பார்ப்பார்கள். அவன் நிமித்தம் எப்போதும் சண்டையிடும் அதே பத்துப்பேர்தான் அப்போதும் சண்டையிடுவார்கள். மனுஷ்யபுத்திரனின் கவிதை ஒன்றின்

தலைப்பு "சிறிய புகழுடைய மனிதன்." நமது எழுத்தாளர்களை இந்தக் கவிதைக்குள் அடக்கலாம். வேண்டுமானால் "மீச்சிறு புகழுடைய மனிதன்" என்று மாற்றிச் சொல்லலாம். நண்பர் சாம்ராஜ் ஒரு முறை சொன்னார் ... "நான் கல்யாண்ஜியுடன் எவ்வளவோமுறை பல்வேறு இடங்களுக்குப் போயிருக்கிறேன். புத்தகச்சந்தை தவிர வேறொரு இடத்தில் ஒரு மனிதன்கூட "சார், நீங்க கல்யாண்ஜி தானே ..." என்று கேட்டு வந்ததில்லை. "50 ஆண்டுகளாக எழுதிக்கொண்டிருக்கும் அவருக்கே இதுதான் நிலைமை. அதற்குள் இங்கு எழுத்தாளன் அதிகாரமையம் ஆகிவிட்டான் என்கிற குரல்கள் கேட்கின்றன. நமது நாட்டில் எழுத்தாளனின் அதிகாரம் என்ன என்பது நாமறியாததல்ல. அவனை ஓட ஓடத் துரத்தியடிப்பார்கள். கட்டிவைத்து உதைப்பார்கள். R.D.O தான் இங்கு "மூத்த எழுத்தாளர்." எழுத்து சம்பந்தமான எல்லாச் சிக்கல்களுக்கும் அவர்தான் தீர்ப்பு சொல்வார்.

நமது நாட்டில் பிரதம மந்திரிகள், ஜனாதிபதிகள், கவர்னர்கள், ராணுவ அதிகாரிகள், விஞ்ஞானிகள், மென்பொருள் வல்லுனர்கள், புரட்சிக்காரர்கள், மடலாயங்கள், ஜெபகோபுரங்கள், மருத்துவர்கள், செவிலியர்கள், ஆயாக்கள், கத்தரிக்காய்கள், மாட்டுத் தீவனங்கள், டீ கடைகள், ஷாப்பிங் மால்கள், பெட்டிக்கடைகள், பத்திரிக்கைகள், தொலைக்காட்சி நிறுவனங்கள். வேட்பாளர்கள், வாக்காளர்கள் ... என்று எங்கும் எதிலும் ஊழலும் கலப்படமும் நிகழ்ந்துவிட்டன. இவ்வளவு கலப்படங்களுக்கு மத்தியில் வாழும் ஒரு எழுத்தாளன் "சோதிப் பிழம்பாக" இருக்க ஒரு வாய்ப்பும் இல்லை. கலப்படச் சமூகத்தி லிருந்து "கலப்பட எழுத்தாளன்" எழுந்து வருகிறான்.

நமது எழுத்தாளன் ஒரு இரவுப்பொழுதில் பணிமுடித்துத் திரும்பியபோது தன் டேபிளில் இரண்டு நூறு ரூபாய் நோட்டுக்களைக்கண்டான். அவன் மனைவி என்றுமில்லாவண்ணம் அன்று ஒரு மான்குட்டியின் உற்சாகத்தில் இருந்தாள். தனது ஓட்டுக்காக அளிக்கப்பட்ட 200 ரூபாயில் வாங்கப்பட்ட 5 பொருட்களின் பொட்டலங்களை அவள் குடும்பப் பொறுப்பின் பெருமை பொங்கப் பிரித்துக்காட்டுகிறாள். அவனுடைய 200 ரூபாயையும் அவன் அவளிடம் தருவானாகில் அவளால் இன்னும் 5 பொருட்களை வாங்கமுடியும். நமது மானமிகு எழுத்தாளன் இப்பொது என்ன செய்யப் போகிறான்? சுற்றலில் இருக்கும் தர்மச்சக்கரம் சற்றே நின்று பார்க்கிறது. அவன் தண்ணீர்ச் சொம்பை ஓங்கி ஒரு உதைவிட்டான். ஒரு சொம்பை ஒடுக்காக்குவதைத் தவிர அவனால் வேறொன்றும் செய்ய இயலாது. பணம் கொடுக்க வந்தவர்கள் அனைவரும் வேறு

பிரதேசத்தைச் சார்ந்தவர்கள். உள்ளூர்ச் செயலாளரிடம் சென்று திருப்பிக் கொடுக்கலாம்தான். எழுத்தாளரும் வீறுகொண்டு கிளம்பவே செய்தார். ஆனால் பெருத்த உடலில் கனத்த மீசை வைத்த செயலரின் ஆகிருதி சற்றே பயமுறுத்திவிட்டது. அவரைச் சுற்றி எப்போதும் பத்து மனிதர்களும் இரண்டு நாய்களும் இருந்தன. தவிரவும் கவிஞர் அங்கேயே வாழ்ந்து காவியங்கள் புனைய வேண்டி இருக்கிறது. எனவே அவர் அந்த 200 ரூபாயை நான்காக முறித்தார். நான்கு ஏழைகளைத் தேர்ந்தெடுத்தார். அவர்களைச் சிரிக்க வைத்து அதில் கடவுளைக் கண்டுவிடுவது என்கிற முடிவுக்கு வந்துவிட்டார். இப்படியான நூதனமுறையில் அவர் நீதி வழுவாது நின்றுவிட்டார். என்றாலும் ஏற்கனவே வாங்கப்பட்டுவிட்ட பொட்டலங்களை என்ன செய்வது? அதை நிலத்தில் கொட்டினால் அவர் மனைவி அவரைச் சும்மா விடுவாளா? போடுகிற கூப்பாடு பக்கத்து வீட்டிற்குக் கேட்டால் அவன் பொச்சில் சிரிக்க மாட்டானா?

இன்று சகலமும் குழம்பிக்கிடக்கிறது. தர்மமும் அதர்மமும் இழைபின்னிக் கிடக்கின்றன. முழுமுற்றான நீதி வேண்டாம். தோராயமான நீதியே போதும் என்கிற நிலைக்கு நாமும் தள்ளப்பட்டு விட்டோம். "சாத்துல பீ... அதனால இருத்தாப்ல ஊத்தினேன்..." என்று சொன்னால் வாங்கிக்கொள்ள வேண்டியது தான். வேறு வழியில்லை. நீதியின் தலையும் அநீதியின் உடலுமாகத் திரியும் ஒருவரைக் கத்தி போட்டு எப்படிப் பிரிப்பது...? நண்பர்களே எனக்கு இப்போதே தலை சுற்றுகிறது. கண்கள் இருட்டி வருகின்றன. நாடி பலமாக அடிக்கிறது. வாய் கோணி இழுக்கிறது. என்மேல் நானே ஏவிவிட்ட சாத்தானே அப்பாலே போ...

(கோவை களம் இலக்கிய அமைப்பில் ஆற்றிய உரை)

குத்துப்பாடல்களுக்கிடையே ஒரு ஆட்டம்

நண்பர் செந்தில் தான் புதிதாகத் துவங்க இருக்கிற மின்னிதழுக்காகப் பொறுப்பான வேலை யொன்றைத் தந்து செய்துதரச் சொன்னார். அப்போது நான் பொறுப்பான வேலைகள் எதுவும் செய்யும் மனநிலையில் இல்லை. ஆனாலும் முதல் இதழ் என்பதால் செந்திலுடன் இருக்க விரும்பினேன். ஆகவே "பொறுப்பற்ற வேலையொன்றை"ச் செய்து தருவதாக ஒப்புக்கொண்டேன். அதுவே குத்துப் பாடல்கள் பற்றிய இக்கட்டுரை. அவற்றுடன் இடையறாத புழக்கத்தில் இருப்பவன் என்பதால் சொந்த மண்ணில் சதமடித்துவிட்டு ஸ்டைலாக மட்டையைத் தூக்கிக் காட்டிக்கொள்ளலாம் என்பது என் தந்திரமாக இருந்தது. ஆனால் "தகதக தகதக வென ஆடவா...", "சித்தாடை கட்டிக்கிட்டு..." எனத் துவங்கி "வா மச்சா... வா வண்ணாரப் பேட்டை...", "பல்ல இளிக்கிறவ... தொல்ல கொடுக்குறவ..." எனச் சுற்றித்திரிந்து "டாங்காமாரி ஊதாரி" வழியே வெளியே வருவதற்குள் போதும் போதுமென்றாகி விட்டது. என்னதான் பொறுப்பற்ற வேலையாக இருந்தாலும் அதற்கும் கொஞ்சம் பொறுப்பு வேண்டும் போலும்.

O

ஒரு சிறுவன்... இந்த உலகில் சற்றே நீண்டு கிடக்கும் எதுவும் அவனுக்கு ஒலிபெருக்கிதான். பல் துலக்கும் குச்சியை வைத்துக்கொண்டு மணிக் கணக்காகப் பாடிக்கொண்டிருப்பான். தான் ஒரு

பாடகன் என்பதில் அவனுக்குப் "பொட்டு" சந்தேகம்கூட இருந்திருக்கவில்லை. எல்லாச் சிறுவர்களும் தங்கள் பால்யத்தில் குத்துப்பாடல்களின் ரசிகர்களாக இருக்கிறார்கள். பிறகு அவர்கள் கனவான்களாகவும் கோமான்களாகவும் வளர்கிறார்கள். அச்சிறுவன் ஒரு பாடலைக் கேட்டுக்கொண்டிருந்தான்.

எஸ்.பி.பி யும், ஜானகியும் பாடிக்கொண்டிருந்தார்கள்.

அவனும் கூடவே பாடிக்கொண்டிருந்தான். "அடியேய்... மனம் நில்லுனா நிக்காதடி..." என்று பாடிக்கொண்டிருந்த எஸ்.பி.பி அப்படியே பாடி அப்பாடலை முடித்திருக்கலாம். ஆனால் ஒரு கட்டத்தில் பையன் "அடியே..." என்று பாட, அவர் "அடீ... ஏய்" என்று பாடிவைத்தார். "அடீ"க்கும் "ஏய்"க்கும் இடைப்பட்ட அந்த ஒரு நொடி மௌனத்தில் பையனுக்கு அழுகை பொத்துக் கொண்டது. தனக்குப் பாட்டு வரவில்லையென்றும், தான் ஒரு பாடகனாக ஆகப்போவதில்லை என்றும் அவனுக்குத் தெளிவாகத் தெரிந்துவிட்டது. அது ஒரு சின்ன நகாசு வேலைதான் என்பதை அப்போது அவன் அறிந்திருக்கவில்லை. அவன் தொட்டித் தண்ணீரை வாரி வாரி முகத்தில் அறைந்து கொண்டான். அச்சிறுவனின் இக்கட்டுரையை நீங்கள் ஆசீர்வதிப்பீராக!

○

குத்துப்பாடல்கள் என்பவை ஒரு தனித்த இசை வகைமை யல்ல. அவற்றிற்குத் தனித்த இலக்கணங்கள் இல்லை. தோற் கருவிகள் அதிகம் முழங்குவதால் இப்பெயர் வந்திருக்கலாம். ஆட்டம் நிற்காத ஒரு மனம் தவித்துச் சூட்டிய பெயராக இது இருக்கலாம். இதற்குமுன் "டப்பாங்குத்து" என்ற பெயரில் இது அழைக்கப்பட்டது. "டப்பா" என்கிற முன்னொட்டு இதன் கீர்த்திக்குக் குந்தகம் விளைவிப்பதாகக் கருதிய ரசிகமனம் காலத்தில் அதைக் கழற்றி விட்டுவிட்டது. இதற்கு இன்னொரு காரணமும் இருக்கலாம். இன்றைய குத்துப்பாடல்களுக்கு வெறும் டப்பாவைக் குத்துவது போதுமானதாக இல்லை. இன்று அதற்கு நிறைய கருவிகள், நிறைய சத்தங்கள் தேவைப்படுகின்றன. வெவ்வேறு இசை வகைமைகள் அதனுடன் கலந்துவிட்டன. பல்வேறு வகையான கிராமியப்பாடல்கள், பழங்குடிப்பாடல்கள், கானா பாடல்கள், ராப், ஹிப் – ஹாப் போன்ற மேற்கத்திய இசை வகைமைகளின் சாயைகள் இன்று குத்துப்பாடலுடன் கலந்துவிட்டன. எனவே இப்போது அதன் சத்தமும் துடிப்பும் மேலும் கூடிவிட்டது. "ஐட்டம் சாங்" என்ற ஒன்றும் இங்கு உலவுகிறது. அதுவும் குத்துப் பாடலும் ஒன்றல்ல என்று நாம் அறிந்துகொள்வது நல்லது. ஐட்டம் சாங்கிற்குக் கட்டாயம் ஒரு

பெண்ணுடல் தேவை. ஆனால் குத்துப்பாடல்களுக்கு அது அவசியமில்லை. அவை குத்திலிருந்தே பிறக்கின்றன.

பொதுவாகக் குத்துப்பாடல்கள் ஏளனத்துடன்தான் நோக்கப்படுகின்றன. ரசனைமட்டத்தின் அடித்தட்டில் வைத்து அது பார்க்கப்படுகிறது. ஒரு குறிப்பிட்ட சாராரின் இழிஅடையாள மாகவும் அது கருதப்படுகிறது. கனவான்களை, வித்வான்களை அது முகஞ்சுழிக்க வைப்பதாக இருக்கிறது. 'சிந்து பைரவி' படத்தில் நாட்டுப்புறப்பாடல் பாடிய சிந்து கடைசியில் அதை லாவகமாகக் கர்நாடக சங்கீதத்துடன் கலந்து கைதட்டல்களை அள்ளிவிட்டாள். டப்பாங்குத்துப் பாடலைப் பாடத்துணிந்த ஜே.கே.பி அண்டர்வேருடன் நிற்க வேண்டியதாகிவிட்டது. எல்லாவற்றையும் புனிதப்படுத்திப் பார்ப்பவர்கள்தான் குத்துப் பாடல்களைத் தொடர்ந்து இழிவு சொல்லி வருகிறார்கள். வீணையின் மீட்டலில் இருந்து மந்தகாசம் பொங்க கடவுள் எழுந்து வருவாரெனில், நமது பறைக்குள் இருந்து ஏற்றிக்கட்டிய லுங்கியுடன் தொடை தெரியக் குதிப்பதும் அவரே.

> குத்துப்பாட்டுங்கறது வெறும் 6/8 சமாச்சாரமில்லை. அது எத்தனையோ மனிதர்களை லிபரேட் பண்ணி விடுது ... எனக்குக் குத்துப்பாடல்கள் பிடிக்கும், நானும் நிறைய கேட்பேன். ஆனா அத மட்டுமே கேட்டுட்டு இருக்கமாட்டேன். அவ்வளவுதான்.
>
> **(பாடகர் ஸ்ரீனிவாஸ் – தந்தி டி.வி நேர்காணல்)**

ஜான்தான் ஒருமுறை சொன்னார்... "இசை, எல்லா மனுசனுக்குள்ளையும் ஒரு ம்யூசிக் ஓடீட்டுத்தான் இருக்குன்னு நெனைக்கறேன். வெள்ளைக்காரனுக்குள்ள ஒரு "*rock & roll*" கச்சேரி எப்பவுமே நடந்துகிட்டேதான் இருக்கு. அது மாதிரியே நம்ம ஆளுக்குள்ள ஒரு சத்தம் கெடக்குது. அது 'ஒத்தையடி' தான்..." அப்புறம் அந்த 'டேபிளை' விட்டு எழுந்துகொள்ள மேலும் அதிக நேரம் தேவைப்பட்டது.

காரைக்கால் அம்மையாரில் "ஆனந்த தாண்டவமாக" இருந்த "தகதக தகதக வென ஆடவா ..." தான் பிதாமகனில் குத்துப்பாடலாக மாற்றம் கண்டிருக்கிறது. திரு. சிவகுமார் அவர்களின் சிவநடனத்தையும் "வாடீ . . . மாப்ளே . . ." என்கிற சிம்ரனின் ஆவேச அழைப்பையும் அருகருகே வைத்துப்பார்த்து எது உங்கள் மனங்கொள்ளத்தக்கதோ அதை மனம் கொள்க.

குத்துப்பாடல்கள் எளிய மனிதர்களின் எளிய மனங்களில் தொடர்ந்து வினை செய்கின்றன. அவர்களின் சங்கீதமாக அது

ஒலிக்கிறது. நன்றாக உண்ண முடியாத, நன்றாக உடுத்த முடியாத, கேவலுமும் அவமானமும் கேவலமோ அவமானமோ இல்லை என்கிற வாழ்க்கையை வாழும் மனிதர்கள் ஆர்கெஸ்ட்ராவின்முன் குழுமியிருக்கிறார்கள். அங்கு கே.வி.எம் மாமாவின் "சித்தாட கட்டிக்கிட்டு ..." ஒலிக்கிறது. அது கச்சேரி முடியப்போகிறது என்பதன் அர்த்தம். கோடி இன்பங்கள் கொட்டிக்கிடப்பதாகச் சொல்லப்படும் இவ்வாழ்வில், நாலு இன்பங்களுக்குக் கூட வக்கற்ற எம் சனங்கள் மனிதனாக முதிர்ந்திராத குரங்குகளைப் போல் ஆடுவதை நான் பார்த்திருக்கிறேன். அதே கூட்டத்தில் சென்னைக்கு வழி தெரியாத அச்சு அசல் நடனக் கலைஞர்களையும் பார்த்திருக்கிறேன். கே.வி. மகாதேவன் எத்தனையோ அமரத்துவம் வாய்ந்த பாடல்களுக்கு இசை அமைத்திருக்கிறார். ஆனால் இந்தப் பாடல் எப்படியோ ஆர்க்கெஸ்ட்ராக்களில் தவிர்க்க இயலாத பாடலாக இடம் பெற்று விட்டது. இப்படியாக, மாமா கோவில்களிருந்து எங்கள் வீதிக்கு வந்து சேர்ந்தார். உறுதியாகச் சொல்கிறேன்... இதுதான் மாமா புண்ணியம் ...

இந்தப் பாடலும் 'குமுதம்' படத்தில் இடம்பெற்ற 'மாமா... மா... மா... மாமா' பாடலும் தமிழ்த்திரை இசை வரலாற்றில் காலம் அழிக்கத் திணறுகிற குத்துப் பாடல்களாக நிலைபெற்றுவிட்டன. இரண்டிற்கும் இசை "ஸ்வர பிரம்மா" என்றழைக்கப்பட்ட கே.வி. மகாதேவன்தான் என்பதை மகிழ்ச்சி பொங்கக் கத்திச் சொல்ல விரும்புகிறேன். இது போலவே ஆர்கெஸ்ட்ராக்களில் கொண்டாடப்பட்ட இன்னொரு பாடல் மனோஜ் கியான் இசையில் வெளிவந்த 'ராத்திரி நேரத்து பூஜையில்'.

பிள்ளைப்பருவத்தில் இருந்தே தோற்கருவிகளின் முழக்கத்திற்கு மயங்குபவனாகவே இருந்து வந்திருக்கிறேன். எட்டாம் வகுப்பு படித்துக்கொண்டிருந்த ஒரு மாலையில் பள்ளி விட்டு வந்தததும் சீருடையைக் கூடக் கழற்றாமல் அம்மா மாரியம்மன் கோவில் திருவிழாவிற்கு அழைத்துப்போனாள். அங்கு "ஜமாப்" நடந்துகொண்டிருந்தது. தப்பட்டைக்குச்சி என் கால்களைப் பிடித்து இழுத்தது. திடுமு உறுமி உறுமி அழைத்தது. "மாட்டேன்... மாட்டேன்..." என்று சொல்லிக்கொண்டிருந்தவன் மெல்ல எனக்குள் ஆடத்துவங்கினேன் ஒரு கட்டத்தில் கூட்டத்துடன் கலந்தேன். ஆடுவது என்றால் சும்மா ஒரு சுற்றல்ல ... கிட்டத்தட்ட ஒரு மணிநேரம் மூச்சுமுட்ட ஆடினேன். அது அருந்ததியர்களின் குழுவாக இருந்தது. அவர்களின் சீருடையும் காக்கியாகவே இருந்தது. காக்கிகளுடன் காக்கியாகக் கலந்து நான் ஆடிய அந்த ஒரு மணிநேரத்தை என் வாழ்வின் அசலான கலைத்தருணம் என்று திமிராகச் சொல்வேன்.

இந்த ஒரு மணிநேரமும் என் அம்மாவிற்குள் இருக்கும் ‘தேவச்சி’ எங்கே ஓடிப்போனாள் என்பது எனக்கு இன்றுவரை விளங்காத ஒன்று. அதை வெகுநாட்கள் பெருமையாக வேறு சொல்லிக்கொண்டிருந்தாள். “எம் பையன்... ‘அவங்க கூட’ சேர்ந்து ஆட்டம்னா ஆட்டம் அப்படியொரு ஆட்டம்.” குத்துப்பாடல்கள் உச்சத்தில் முழங்கும் தருணங்களில் அதன் முன்னே அந்தக் காக்கி ட்ரவுசர் பையனாகத்தான் நான் இப்போதும் நிற்கிறேன்.

*1956*ஆம் ஆண்டு வெளியான ‘அமரதீபம்’ படத்தில் இடம் பெற்று ஜிக்கி பாடிய ‘ஜாலிலோ ஜிம்கானா’ பாடலிருந்துதான் ‘டப்பாங்குத்து’ துவங்குவதாக ஒரு வரலாறு சொல்கிறது. அப்பாடலையொட்டி ‘தஞ்சை ராமைய்யதாஸ்’ டப்பாங்குத்துப் பாடலசிரியர் என்றும் அழைக்கப்பட்டிருக்கிறார். அன்று துவங்கி ஒவ்வொரு காலத்திலும் ஒரு பாடல் மக்களை ஆட வைத்துக்கொண்டேதான் இருந்திருக்கிறது. பல்வேறு பாடல்களைப் பாடியிருந்தாலும் ‘கட்ட வண்டி கட்ட வண்டி’, ‘பொதுவாக எம் மனசு தங்கம்’ என்று துவங்கி ‘ஊருவிட்டு ஊருவந்து’ வரை மலேசியா வாசுதேவன் ஒரு குத்துபாடகராகவே அதிகமும் கொண்டாடப்பட்டார். சிலர் இதை ஒரு குறையாகக்கூட சொல்வதுண்டு. அவர் பாடிய ‘தண்ணி கருத்திருச்சு...’, ‘ஊரு விட்டு ஊருவந்து ...’ ஆகிய பாடல்கள் சமீபமாக ரீமேக் செய்யப்பட்டு ஒலிக்கின்றன. அவை அவர் குரலின் மேலான ஏக்கத்தை மேலும் கூட்டுகின்றன.

சென்னையில் நடக்க இருந்த என் புத்தக வெளியீடு ஒன்றிற்காக நண்பர்கள் சிலர் சேலத்தில் குழுமிக் கிளம்பினோம். அது ‘கலாசலா கலசலா...’ வந்திருந்த சமயம். டி.ஆரும், எல்.ஆர். ஈஸ்வரியும் சேர்ந்தடித்த அக்கூத்து காருக்குள் 50 முறைகளுக்கும் மேலாக அரங்கேற்றப்பட்டது. ‘மை டியர் டார்லிங் உன்ன... மல்லிகா கூப்புட்றா...’ என்கிற வரிகள் வெறியின் மயக்கத்தில் “நம்மைப் பிடித்த பிசாசுகள் போயின” என்பதாகக் கேட்டது. அது புத்தாண்டுத் தருணம். பொதுவாக நான் புத்தாண்டை நம்புபவனல்ல. ஆனால், அந்த ராத்திரியில் “மல்லிகா” வை அவ்வளவு நம்பினேன். அவள் எல்லோரையும் எல்லாவற்றிலிருந்தும் விடுவித்துவிடுவாள் என்று அவ்வளவு உறுதியாக நம்பினேன். “மை டியர் டார்லிங் உன்ன... மல்லிகா கூப்புட்றா... *Happy new year*” என்கிற குறுஞ்செய்தியை நண்பர்கள், இலக்கிய ஆளுமைகள் என்று பலருக்கும் அனுப்பினேன். சமயவேல், ரவிசுப்ரமணியன் போன்றோரிடமிருந்து அதே துள்ளலுடன் பதிலும் வந்தது. இப்போது கேட்கையில் அப்பாடல் பொலிவற்று ஒலிக்கிறது. ஆனால் அந்த ராத்திரியின் பொலிவு மங்கிவிடவில்லை.

இன்று வெளிவரும் அநேகப் படங்களில் ஒன்றோ அதற்கு மேற்பட்டோ குத்துப்பாடல்கள் இடம்பெறுகின்றன. எல்லா பாடல்களும் ரசிகர்களின் மனம் கவர்ந்து விடுவதில்லை. ஒரு மனிதனின் அமர்ந்த கோலத்தை ஆடும்கோலம் ஆக்குவது அவ்வளவு சுலபமல்ல. குத்துப்பாடல் ஒன்றும் மலிவுச்சரக்கல்ல என்பதை ஒரு ரசிகனாகவே என்னால் உணர்ந்து கொள்ள முடிகிறது. அதுவும் பிற வகையினங்கள் கோரும் உழைப்பையும் ஈடுபாட்டையும் கோருபவைதான். தனது 'கீதாஞ்சலி' ஆல்பத்தில் ராஜா இவ்வாறு சொல்கிறார் "இந்தப் பக்திப்பாடல்களில் என் ஆன்மாவைக் கரைய விட்டிருக்கிறேன். இப்பாடல்களைக் கேட்கின்ற ஜீவன்களில் ஒரே ஒரு ஜீவனாவது இவன் தன் ஆன்மாவை இதில் கரைய விட்டிருக்கிறான் என்பதை உணர்ந்தால் நான் ஜென்மம் எடுத்ததின் பயனை அடைந்ததாக எண்ணி மகிழ்வேன்." "கானக்கருங் குயிலே . . ." பாடலிலும்தான் அவர் தன் ஆன்மாவை கரைய விட்டிருக்கிறார். ஆனால் அதை அவர் சொல்லமாட்டார். நாமேதான் சேர்த்துப் புரிந்துகொள்ள வேண்டும்.

"'மலரே மௌனமா ...' வித்யாசாகரின் நெற்றிப்பொட்டி லிருந்தும் 'மச்சா மீசை வீச்சருவா . . ." அவரின் குதிகால் வெடிப்பிலிருந்தும் பிறந்தவையல்ல. இரண்டும் அவர் நெஞ்சிலிருந்து வந்தவையே. ஹேரிஸ் ஜெயராஜ் இசையமைத்த "வேணாம் மச்சா வேணா . . . இந்த பொண்ணுக காதலு" பாடலில் முதல் சரணம் முடிந்த பிறகு ஒரு தேம்புதல் துவங்கும். முழங்காலில் சூட்டப்பட்ட நெற்றிச்சுட்டி அது. அப்படத்தின் கோமாளித்தனத்திற்கோ, அப்பாடலின் பொக்கை வரிகளுக்கோ அத்தேம்புதலைப் பெற ஒரு அருகதையும் இல்லைதான். அது உள்ளே ஒளிந்து கொண்டிருக்கிறது. ஆனாலும் காதைக்கொடுத்தால் உருக்கிவிடக்கூடியதுதான். குத்துப்பாடல் என்று இளக்காரம் செய்யப்பட்டு ஒதுக்கப்படும் ஒன்றிற்காக ஒரு இசையமைப்பாளன் இவ்வளவு மெனக்கெடுவான் எனில் ஒரு எழுத்துக்காரன் தன் எழுத்திற்கு எவ்வளவு மெனக்கெட வேண்டும் என்று இப்பாடலையொட்டி நான் யோசித்ததுண்டு.

தேவா கானா பாடல்களையும் குத்துப்பாடல்களையும் கலந்து நிறைய ஹிட் பாடல்களை வழங்கியிருக்கிறார். அதிகம் அறியப்படாத ஆனால் குத்துப்பாடல் ரசிகர்களின் அபிமான பாடல் ஒன்று "சூரியன் சட்டக்கல்லூரி ..." படத்தில் இடம் பெற்ற 'ரீக ரீக ரீக ரீகமோ' பாடல். 'மதுரை சின்னப்பொண்ணு' குரலில் ஒலிக்கும் அப்பாடல் நிஜமாலுமே செம குத்து.

ஒரு விடுமுறை ஞாயிறு. லேட்டாக எழுந்து கண்களைத் தேய்த்தவாறு டி.வி.யைப் போட்டேன். அதில் கோமாளி போன்ற ஒரு மனிதன் தன் சுட்டுவிரலை அப்படியும் இப்படியும் ஆட்டிக்கொண்டிருந்தான். அது பார்க்க அவ்வளவு குதூகலமாக இருந்தது. அதன் சத்தமும் ஆட்டமும் புதிதாக இருந்தது. பாடல் முடியும்வரை ஒரு பல்லியைப் போல் சுவரோடு ஒட்டிக்கொண்டு நின்றேன். அந்தப் பாட்டைக் கேட்க ஊர் திரண்டுவிடும் என்பது முதன்முதலாகக் கேட்ட அந்த முக்கால்வாசிப் பாட்டிலேயே தெரிந்துவிட்டது. அப்பாடல் 'வாள மீனுக்கும் வெலங்கு மீனுக்கும் கல்யாணம்.' இந்த இடத்தில் குத்துப்பாடல்கள் படமாக்கப்படும் விதம் பற்றிக் கொஞ்சம் பேசலாம். குத்துப்பாடல்கள் இயல்பாகவே நடனத்துடன் தொடர்புடையவை. உண்மையைச் சொன்னால் பல குத்துப்பாடல்களும் பார்க்கச் சகிக்காதவை. மோசமாக எரிச்சலூட்டக் கூடியவை. பெண்களைக் குறையுடையில் காட்டினால் போதும் என்கிற பொதுநம்பிக்கையுடையவை. 'வீரம்' படத்தில் இடம்பெற்ற 'ஜிங் ஜிக்கா...' பாடலை முதலில் பார்த்தேன். பிறகு கேட்டேன். பார்த்தபோது, "நமக்கு சிகரெட் குடிக்கும் பழக்கம் இல்லாமல் போய் விட்டதே..." என்று ரொம்பவும் வருந்தினேன். பிறகு கேட்டபோது "அட... அந்தப் பாட்டா இது..." என்று ஆச்சர்யப்பட வைத்தார் குப்புசாமி. புஷ்பவனம் குப்புசாமியும் தேவி ஸ்ரீபிரசாத்தும் சேர்ந்து கொடுத்த இன்னொரு பாடலும் எனக்குப் பிடித்தமானது. அது "காத்தாடி போல ஏண்டி என்ன சுத்துற..." மாயாவி படத்தில் இடம் பெற்றது. இப்பாடலைப் பார்க்கவும் செய்யலாம். கேட்டபோது புல்லரிக்கச் செய்த பல பாடல்கள் பார்த்தபோது பெருத்த ஏமாற்றத்தை அளித்த அனுவம் பலருக்கும் இருக்கும். எனக்கும் அந்த அனுபவம் உண்டு. முன்பு நான் சிலாகித்துச் சொன்ன 'கலாசல கலசலா...', 'ஏ... பேரு மீனா குமாரி' (கந்தசாமி) போன்ற பாடல்கள் மோசமாக ஏமாற்றியவை. ஆனால் மிஷ்கின் தன் படத்தில் இடம்பெற்றிருக்கிற இரண்டு குத்துப்பாடல்களை அதன் உட்சபட்ச அழகியல் சாத்தியங்களுடன் படமாக்கியிருக்கிறார். 1956இல் தோராயமாகத் துவங்கும் குத்துப்பாடல் வரலாற்றில் அவருடைய 'வாள மீனு' பாடலும் 'கத்தாழ கண்ணால' பாடலும் தவிர்க்க இயலாதவண்ணம் இடம்பிடிப்பதில் அவை படமாக்கப் பட்ட விதத்திற்கு ஒரு முக்கியப் பங்குண்டு.

குத்துப்பாடலாவது நவண்டைக் கடிக்கச் செய்வது. மாறாக ராஜா கண்செருகச் செய்யும் பல குத்துப்பாடல்களை வழங்கியிருக்கிறார். இக்கட்டுரைக்காக முதன்முதலில் கேட்ட பாடல் 'ஆட்டமா... தேரோட்டமா...' பாடல். கேட்டு

முடிக்கையில் இது குத்துப்பாடலே அல்ல என்று தோன்றிவிட்டது. ஒரு குத்துப்பாடலுக்கு எதற்கு இவ்வளவு அலங்காரம்..? எதற்கு இவ்வளவு மயக்கடிக்கும் இசைச் சேர்க்கைகள்? என்று தோன்றியது. குத்துப்பாடல் என்றால் என்ன என்கிற ஆதாரமான கேள்வியையும் அது தோற்றுவித்தது. ராஜாவும் ராவான குத்துப்பாடல்கள் பலதைத் தந்திருக்கிறார் என்பது அனைவரும் அறிந்ததுதான். காலத்தே சற்றுப் பின்னோக்கிப் போய் அப்படியான ஒன்றைக் கேட்போம் என்று கிளம்பிய நான் தவறுதலாகக் கேட்டு வைத்தது "தண்ணீ ... கருத்திரிச்சு ..." பாடலை. சாமீ ..! இப்பாடலில் சரசக்காட்சி களுக்குச் சத்தத்தைக் குறைத்தும் ஆட்டக்காட்சிகளுக்கு ஏற்றியும் வைத்த புண்ணியவான் யாரோ. அது ஸ்ரீதரோ ராஜாவோ யாராயினும் அவருக்கு என் அநேக கோடி நமஸ்காரங்கள்.

இக்கட்டுரையின் நோக்கம் குத்துப்பாடல்களுக்கு முடி சூட்டுவதல்ல. மாறாக அதன் தகுதிக்கேற்ற இடத்தை நிறுவ விழைவதுதான். எனக்கும் குத்துப் பாடல்களின்மேல் விமர்சனங்கள் உண்டு. அதற்கு ஒரு குறையாடைப்பெண் அவசியமில்லை என்கிற போதும் அது அதிகமும் பெண்ணுடலைத் தின்னக் குடிக்கும் சாராயமாகவே மாற்றப்பட்டுவிட்டது. இது அதன் பெரிய பலஹீனம். அதனைத் தூஷணை செய்வோருக்குச் சிக்கும் எளிய சாக்காக இது அமைந்துவிட்டது.

கருப்பின மக்களின் இசையாக மேற்கில் பிறந்தவை அதன் அரசியலோடுதான் ஒலிக்கின்றன. தன் மக்களின் பாடுகளை, விடுதலை வேட்கையை அவை பாடுகின்றன. 'தமிழ் ராப்' பாடலாக ஆடுகளம் படத்தில் இடம்பெற்றிருக்கிற "வாழ்க்கை ஒரு போர்க் களம்" என் அபிமானத்திற்குரியது. ராப் பாடல்களில் எளிய மனிதர்களின் கொச்சைச் சொற்கள் தாராளமாகப் புழங்குகின்றன. அவை அப்பாடலுக்கு ஒரு தனித்த அழகியலையும் வழங்குகின்றன. "வெளக்கென்னநீ இனிமேஎன்னதொடாதே"... (வெளக்கென்ன/நீ/இனிமே/என்னதொடாதே) என்கிற வரி ஒரு கருப்பின மனிதனின் குரலாக ஒலிக்கையில் கொள்ளும் அர்த்தரூபம் கிளர்ச்சிகரமானது. இப்பாடலின் இடையே ஒரு நொடிக்குள் ஒலித்தடங்கும் "ங்கொய்யால" என்கிற சொல் தரும் பரவசமும் அலாதியானது. அது தன் ஆண்டையை நோக்கி வரலாற்றின் கோபத்தோடு கத்துகிறது. எனக்கு இப்பாடலின் ஒவ்வொரு சொல்லும் "ங்கொய்யால" என்றே ஒலிப்பதாகத் தோன்றியது.

"வெல்வோமே ... வீழாமல் ..." என்று கனத்த கரகரப்பில் முழங்கும் இப்பாடலைத் தாராளமாக நமது முற்போக்கு அரசியல்

மேடைகளில் ஒலிபரப்பலாம். நமது குத்துப்பாடல்களிலும் கொச்சைச் சொற்கள் உண்டு. ஆனால் அவை வெறும் கொச்சைச் சொற்கள் மாத்திரமே.

> வத்திப்பெட்டினா வத்திப்பெட்டினா
> குச்சிக ஓரசத்தான்
> பத்திக்கிச்சுனா பத்திகுச்சுனா
> பீடி குடிக்கத்தான் ...

போன்ற வரிகள் ஒரு லேசான சிரிப்பை வரவழைக்கத்தான் செய்கின்றன. எனக்கும் இந்த அர்த்தமின்னையின் சிரிப்பு பிடித்துத்தான் இருக்கிறது. ஆனால் அது மட்டும் போதுமானதாக இல்லை. மேற்கில் இருப்பது போல் இங்கு 'popular music' என்று ஒரு தனி வகை இல்லை. இங்கு சினிமா இசை தான் 'popular music'. கானா பாடல்கள், பழங்குடிப் பாடல்கள், கிராமியப்பாடலகள், ராப் பாடல்கள் என்று எவை சினிமா இசைக்குள் நுழைந்தாலும் அவை சினிமா பாடல்களாக மாறித் தன் குணாதிசியங்களை இழந்துவிடுகின்றன. அங்கு இவை இயல்பாகவே அரசியல் நீக்கம் செய்யப்பட்டு விடுகின்றன. வெற்று கேளிக்கைப் பொருட்களாக மாறி விடுகின்றன. ஒரு மனிதனுக்கு கேளிக்கை அவசியம் தான். எத்தனையோ இடிபாடுகளுக்குள் சிக்கிக்கொண்டிருக்கும் அவன் கேளிக்கைகளில்தான் சற்று மூச்சுவிடுகிறான். ஆனால் ஒருவனை முழுக்கவும் கேளிக்கைகளால் நிரப்புவதென்பது ஒரு வகையில் அவன் புத்தியை மழுங்கடிக்கும் செயல்தான். நமது குத்துப்பாடல்களின் முகத்தைச் சற்றே மாற்றி வைத்தால், அதைப் பறையிசையைப் போல ஒரு அரசியல் வடிவமாக முன்னெடுக்க முடியும். அதற்கான முழுத்தகுதியும் பெருந்துடிப்பும் அதனுள்ளே நிச்சயம் உண்டு.

அப்பா

பிள்ளைக்கு அப்பா எப்போதும் நாயகர்தான். வாழ்கிற காலத்தில் முறுக்கிக்கொண்டு திரிபவர்கள் கூட அவர் இறந்த பின்பு "அப்பா ஸ்தோத்திரம்" சொல்பவர்களாக மாறிவிடுகிறார்கள். அப்பா என்றால் அறிவென்றும், பொறுப்பென்றும் சொல்லப்படுவதுண்டு. குடும்பத்திற்காகச் சதையரிந்து தருபவர்களாகவே அவர்கள் சித்திரிக்கப்படுவதுண்டு. பொதுவாக அப்பாக்கள் அப்படித்தான். ஆனால் அப்படி அல்லாத அப்பாக்களையும் எனக்குத் தெரியும். இந்தப் புத்தகத்திலும் அப்படியான அப்பாக்கள் சிலர் இருப்பார்கள் என்று நம்புகிறேன். பீடியைக் காதில் செருகியபடி, சாராயக்கடைகளில் திரிந்து ரோட்டோரம் விழுந்து கிடக்கும் அப்பாக்கள். குடிவெறியில் தன் பிள்ளையைத் தூக்கிப்போட்டுக் குரல்வளையில் மிதிக்கும் அப்பாக்கள். குடும்பம் உண்டதா இல்லையா என்கிற கேள்வியே எழாமல் சாகும்வரை தான் மட்டுமே தின்றுகொழுத்த அப்பாக்கள். சாப்பாடு இல்லையென்றால் சட்டியை வீதியில் வீசியெறியும் அப்பாக்கள். ஆனால் அந்தச் சாப்பாடு சட்டிக்கு வரும் வழி பற்றிப்பேசினால் ஆங்காரம் கொண்டு ஆடும் அப்பாக்கள். அம்மாவின் தொடையில் சூடு போடும் அப்பாக்கள். வேறு ஒருத்தியோடு ஓடிப்போன அப்பாக்கள். வேறு ஒருத்தியுடனும் அம்மாவுடனும் வாழ்ந்து வந்த அப்பாக்கள். அம்மாவுக்குக் குரங்கு ரூபமும் "அவளுக்கு"க் கனிவுரூபமும் காட்டும் அப்பாக்கள். அம்மாவை மிரட்டும் வேலையைத் தவிர வேறு ஒரு வேலைக்கும் போகாதவர்கள் ... போகவும் வக்கற்ற பூஞ்சைகள். இப்படி அப்பா என்கிற "திருவுரு"வைச்

சிதறடிக்கும் அப்பாக்களும் ஏராளம் உண்டு. அப்படியான அப்பாக்களும் காலத்தில் பிள்ளைகளால் சிலாகிக்கப்படுவர்களாக மாறிவிடுகிறார்கள். இந்த மர்மம் விசித்திரமானது. சொந்த ரத்தத்தின் சூடு என்பதைத் தவிர இதை வேறு எப்படி விளங்கிக் கொள்வதென்று தெரியவில்லை. தன் அப்பா சிகரெட் புகைக்கும், சாராயம் குடிக்கும் காட்சிகளைக் கடவுளைக் கண்ட கணம் போல் விவரிக்கும் மகன்களைப் பார்த்திருக்கிறேன். அப்பா என்றவுடன் இந்த எல்லா அப்பாக்களும் சேர்ந்துதான் என் முன்னே வந்து நிற்கிறார்கள். ஆனால் அதிர்ஷ்டவசமாக இதில் யாரும் என் அப்பா இல்லை. சொற்ப அதிர்ஷ்டங்களால் நெய்யப்பட்டிருக்கும் என் வாழ்விற்குள் அப்பாவை ஒரு அதிர்ஷ்டம் என்று தாராளமாகச் சொல்லலாம்.

எல்லா அப்பாக்களையும் போல என் அப்பாவும் என்மேல் கொள்ளை ப்ரியம் கொண்டிருந்தார். எல்லா அப்பாக்களையும் போல என் அப்பாவும் எனக்கு கம்பர் கட்டும், கோன்–ஐஸ்சும் வாங்கித்தந்தார். எல்லா அப்பாக்களையும் போல என் அப்பாவும் எனக்குக் காய்ச்சல் கண்டுவிட்டால் துடிதுடித்துப் போனார். எல்லா அப்பாக்களையும் போலவே என்னைச் சினிமாவுக்குக் கூட்டிப் போனார். எல்லா அப்பாக்களையும் போலவே "மகன்புகழ்" பாடித்திரிந்தார். இதில் எழுத ஒன்றுமில்லை அல்லது அவற்றை அவ்வளவு சிறப்பான ஒன்றாக என்னால் உணரமுடியவில்லை என்று நினைக்கிறேன். ஆனால் அவர் தன்னியல்பாக எனக்குக் கலையை அறிமுகம் செய்து வைத்தார். அது குறித்து எழுதலாம்.

அப்பாவின் பெயர் கே.ஆர். ஆறுமுகம். கேயார் என்றுதான் ஊர் அழைக்கும். ஆனால் அவருக்கு அது போதாது. அவர் "கவிஞர் கேயார்" என்றழைக்கப்பட விரும்பினார். கவிஞர் என்கிற முன்னொட்டின்மேல் அவருக்கு இருந்த காதல் அபரிமித மானது. "கவிஞரே" என்று யாராவது அழைத்துவிட்டால் போதும் அவர் பூத்துக்குலுங்கிவிடுவார். அப்பா கொஞ்சம் தமிழ் படித்தார். கொஞ்சம் சங்கீதம் கற்றார். கொஞ்சம் ஆன்மிகம் பயின்றார். என்றாலும் பிரதானமாக அவரொரு நாடகாசிரியர். எங்கள் ஊருக்கு டி.வி வந்து நாடகங்களைத் தின்றுதீர்க்கும்முன் வருடாவருடம் அவர் நாடகங்கள் மகாசிவராத்திரி அன்று நிகழ்த்தப்படும். சமயங்களில் வெளியூர்களிலும் நாடகங்களை நடத்தியிருக்கிறார். இரண்டு மாதங்களுக்கு முன்பிருந்தே ஏற்பாடுகள் தீவிரமடைந்துவிடும். செட்டிங்கிற்கு ஆள் பிடிப்பது, ஹீரோயின் புக் செய்வது, வசூல் வேட்டை, ஒத்திகை பார்ப்பது என களைகட்டத் துவங்கிவிடும். அப்பா இயக்குநர், கூடவே

ஒரு முக்கிய கதாபாத்திரமும் செய்வார். ஒரு நாடகத்தில் அப்பா புத்தபிட்சுவாக நடித்தார். அதில் அவர் கத்தியால் குத்தப்பட்டு இறந்து போவது போன்று ஒரு காட்சி ... அம்மா மடியில் அமர்ந்து இதைப் பார்த்துக்கொண்டிருந்த என் தங்கை கதறித்துடிக்கத் துவங்கிவிட்டாள். அவளை மேடையின் பின்புறமாகத் தூக்கிக்கொண்டு போய் உயிரோடிருக்கும் அப்பாவைக் காட்டியதும்தான் சிரிப்பு வந்தது ...” அழுதபுள்ள சிரிச்சுது ... கழுதப்பாலக் குடிச்சுது ...

“கதை, வசனம், பாடல்கள், இயக்கம்: கவிஞர் கேயார்” என்று சற்றுப் பெரிதான எழுத்துக்களில் அச்சிடப்பட்டிருக்கும் “டபுள் கலர்” நோட்டீஸ்கள் இப்போதும் நினைவில் இருக்கின்றன. அதில் அப்பாவின் போட்டோ எதையோ சுட்டிக்காட்டுவதைப் போல விரலை நீட்டியபடி இருக்கும். வீட்டில் “எந்த வேலைக்கும் அசஞ்சுராதீங்க..?” என்று அம்மாவிடம் திட்டு வாங்கும் அப்பா, நாடகத்தில் எல்லா வேலைகளையும் தூக்கிச்சுமந்தார். நாடகம் முடிந்த பிறகு சுத்தமாகப் பேச முடியாதபடி மோசமாகத் தொண்டை கட்டிக்கொண்ட அனுபவமும் உண்டு.

‘ஒரு மலரின் ராகம்’, ‘ஒரு மலரின் பயணம்’, ‘ஒரு மலர் வண்டாகிறது’, ‘வஞ்சனைப்பேய்’, ‘சுதந்திரத்தின் வாசலிலே’, ‘பக்த பிரகலாதன்’ என நாடகத்தின் சில பெயர்கள் நினைவில் இருக்கின்றன. அப்பா போட்ட கடைசி நாடகம் ‘பக்தபிரகலாதன்’ தான். பழம்பெரும் நடிகர் ராமதாஸுடன் சேர்ந்து அந்த நாடகத்தை நடத்தினார். அப்போது நான் நன்றாக வளர்ந்துவிட்டிருந்தேன். எனவே அந்த நாடகத்தைப் பார்க்க நானே போகவில்லை.

என்னால் நன்றாக உட்கார முடிந்த நாளிலிருந்தே அப்பாவின் சைக்கிளில் உட்காரத் துவங்கிவிட்டேன். குழலில் துண்டைச்சுற்றி அதன் மேல் உட்காரவைத்துக் கூட்டிப்போவார். கொஞ்சம் வளர்ந்ததும் சீட்டைப் பிடித்தபடி கேரியருக்கு மாறி விட்டேன். இதை எழுதிக்கொண்டிருக்கும் இவ்வேளையில் ‘ஆறுமுகவிலாஸ்’ தோசைமணம் காற்றில் வருகிறது. ‘வாங்கித் தின்றதை’ எழுதக் கூடாது என்கிற வீறாப்பையும் தாண்டி அதன் வாசம் வீசுகிறது. தினமும் மாலை வேளைகளில் காங்கிரஸ் மன்றத்திற்குப் போவாம். அவர்களேதான் சிவாஜி ரசிகர்கள். அவர்களேதான் நாடக்கலைஞர்கள். அநேகமாக அங்கு யாருக்கும் என்னைப் பிடிக்காது என்று நினைக்கிறேன். அதில் ஒருவர்கூட ஒரு தேன்மிட்டாய் வாங்கித் தந்ததாகக் கூட எனக்கு நினைவில்லை. “இவன விட்டுட்டு வான்னா கேட்கறியா . . .” என்று அப்பாவைச் சலித்துக்கொள்வார்கள். அவர்கள் அப்பாவிடம் காட்டிய சலிப்பை அப்பா என்மீது

காட்டியதாக எனக்கு நினைவில்லை. அவர்களின் "வயது வந்தோருக்கான" பேச்சுக்களின் இன்பத்திற்கு நான் ஒரு இடைஞ்சல். என்னுடைய பதின்மூன்றாவது வயதில்தான் நான் அப்பாவின் தோளிலிருந்து மனமாகவும் உடலாகவும் கீழே இறங்கினேன். அது நான் தனியே "வயது வந்தோருக்கான" பேச்சுக்களைப் பேசும் பருவமாக இருந்தது. எனவே என் வயதுக்காரர்களோடு சேர்ந்துகொண்டேன். அப்பா என்னை விட்டுவிட்டுப் போகவில்லை. நான்தான் அவரை விட்டுப்போனேன்.

நாடக ஒத்திகைகளின் போதெல்லாம் நான் அவர்கூடவே இருந்திருக்கிறேன். கடைசி நேர ஒத்திகைகளின்போது ஹீரோயின்களும் கலந்துகொள்வார்கள். அப்பாவின்மேல் அவர்களுக்கு ஒரு தனிமரியாதை இருந்தது. ஆனால் எனக்குத்தான் அவர்களைக் கண்டாலே பயம்... என் அப்பாவைக் கூட்டிக்கொண்டு போய்விடுவார்களென்று. அந்த வெள்ளைப்பெண்களும் என் அப்பாவும் சேர்ந்து சிரிக்கும்போது என் அடிவயிறு கலங்கும். அப்பாவிடமிருந்து அவர்களைப் பிரிக்க ஒரு சிறுவனால் என்ன சதியெல்லாம் செய்ய முடியுமோ அதைச் செய்தேன். டூயட் காட்சிகளில் நாயகனும் நாயகியும் கைகோத்து ஆடுவார்கள். அப்பா தொடாமல்தான் நடித்துக் காட்டுவார். உண்மையில் அவர் தொட்டு நடித்துக்காட்ட விரும்பினாரா? தொட்டுப்பார்க்க ஆசைப்பட்டாரா..? எனக்குத் தெரியவில்லை. கிட்ட நெருங்கிப் போய்விட்டு "சனியன்... இது வேற கூடவே இருந்து தொலைக்குது" என்று உள்ளுக்குள் முணுமுணுத்துத் திரும்பினாரா..? எப்படியாயினும் அந்த பாவகாரியத்திற்காக இந்தச் சனியன் இப்போது மனமார மன்னிப்பு கோரிக்கொள்கிறது.

அப்பா நாடகத்திற்குத் தொண்டாற்றினார், தமிழுக்குச் சோறு போட்டார் என்றெல்லாம் பீலா விட விரும்பவில்லை. ஆனால் எம் ஊரில் கவிதை என்கிற சொல்லும் நாடகம் என்கிற சொல்லும் இடையறாது புழங்கிக்கொண்டிருக்க அவர் ஒரு முக்கிய காரணமாக இருந்தார். கவிதை எழுதித்தரச்சொல்லிக் கேட்டு அவரைச் சந்திக்க வந்த நிறையப் பேரை நான் பார்த்திருக்கிறேன். நானும் சிறு வயதில் அப்பாவின் கவிதை ஒன்றை வாசித்து கவிதைப் போட்டியில் பரிசுகூடப் பெற்றிருக்கிறேன். கவிஞரின் மகன் வந்து கவிதை வாசித்தால் முதல்பரிசு தந்தே ஆக வேண்டும். இல்லையென்றால் நிகழ்ச்சியை நடத்துபவர்களுக்குக் கவிதையைப் பற்றி ஒன்றும் தெரியாது என்றாகிவிடுமல்லவா?

அப்பாவின் கவிதைகள் எனக்குப் பிடிக்காது. அவை மரபுக் கவிதைகளும் அல்ல, புதுக்கவிதைகளும் அல்ல. மரபுக்கவிதைகளின் சாயல் கொண்டு ஆனால், அதன் இலக்கணத்தைப் பின்பற்றாத

கவிதைகள் அவை. ஒரு கராரான ஸ்கேலை வைத்து அளந்தால் அவை கவிதைகள்கூட அல்ல. பாடல்கள். ஆனால் அவர் தன்னுள் "கவித்துவம்" மிக்கவராகவே எப்போதும் இருந்தார். "ஆகச்சிறந்த ரசனைக்காரர்" என்று உறுதியாகச் சொல்லலாம்.

நானும் கவிஞராகிவிட முயன்றுகொண்டிருந்த சமயம் ... அப்பாவின் கவிதைகள்மேல் லேசான இளக்காரம் வந்துவிட்டிருந்த காலம் . . . ஒரு அதிகாலையில் அப்பா வழக்கம் போல் சிகையலங்காரத்தில் மூழ்கியிருந்தார். பின்னணியில் பாரதி பாடல்களை உன்னிகிருஷ்ணன் பாடிக்கொண்டிருந்தார். ஒரு கட்டத்தில் சட்டென்று என்னை நோக்கித் திரும்பிய அப்பா "சற்றே வந்து காதில் விழ வேண்டும்னு சொல்றாம் பாரு ... அதனாலதான் அவ கவிஞன் ... அங்குக் கத்தும் குயிலோசை 'சற்றே' வந்து காதில் விழ வேண்டுமாமா ..." என்று சொல்லிவிட்டு மீண்டும் அலங்காரத்தில் மூழ்கிவிட்டார். அன்றிலிருந்து அவர் கவிதைகளை வைத்து அவரை அளக்கும் பழக்கத்தை அடியோடு கைவிட்டு விட்டேன். 'சற்றே' என்கிற அந்த சின்னச்சொல் ஒரு தென்னந்தோப்பை, அதில் தூரத்தே ஒளிந்திருந்து கூவும் ஒரு குயிலை, அதைக் கேட்டபடி ஏகாந்தத்தில் மல்லாந்திருக்கும் ஒரு மனிதனை என் கண்முன்னே விரித்துக் காட்டியது. கூவுவது குயிலாகவே இருந்தாலும் காதுக்குள் வந்து இடித்தால் அது இரைச்சல்தானே?

சமீபத்தில் புதிதாக வீடு கட்டியபோது வீட்டின் முகப்பில் பதிக்க 'கவிஞர் இசை இல்லம்' என்று பொறிக்கப்பட்ட கல்லை வாங்கி வந்து வைத்திருந்தார். அதைப் பார்த்ததும் எனக்குக் கோபம் தலைக்கேறி அது வெடித்துவிட்டது. "யாரக் கேட்டு இப்படி செஞ் சீங்க ..." என்று கடும் சண்டை ... கவிஞர் என்கிற சொல்லிற்கு அவர் எவ்வளவு ஏங்கினாரோ அவ்வளவு நடுங்கினேன் நான். அது ஒரு சுமை ... பெரும் பொறுப்பு என்றெல்லாம் குழப்பிக் கொள்வேன். "கவிஞராமா?" என்கிற அண்டை வீட்டானின் கேலிக்கு அஞ்சினேன். எனது சின்னத்தனங்களுக்காகக் கவிதை தலை குனியலாகாது. அப்பா இப்படிச் செய்துவிட்டதைக் கவிஞர் சுகுமாரனிடம் சொல்லிப் புலம்பியபோது அவர் என்னைத்தான் திட்டினார். "ஒரு நாளில்லை ஒருநாள் இந்தப் புத்தகத்தையெல்லாம் தூக்கிப்போட்டு எரிச்சறம் பாருடா ... என்று சொல்லியிருக்கிறார் என் அப்பா ... உனக்கு இப்படி ஒரு அப்பா கெடச்சா நோகுதா? வீட்டிற்குப் போனதும் அவர் கிட்ட போனைக் குடு ... பேசணும்" என்றார். என் அப்பா யாரென்று சுகுமாரனுக்குத் தெரிந்திருக்கும். சுகுமாரன் யாரென்று அப்பாவுக்குத் தெரியாதல்லவா? எனக்குத் தயக்கமாக இருந்தது என்றாலும் தவிர்க்க இயலவில்லை. போன்

செய்து கொடுத்துவிட்டுத் தூரத்தில் போய் நின்றுவிட்டேன். 'வளர்த்தவர்கள்' ஒருவரோடொருவர் பேசிக்கொள்வதைப் பதட்டத்தின்மேல் அமர்ந்து பரவசம் பார்த்துக்கொண்டிருந்தது. அப்பா என்ன பேசினார்? எப்படிப் பேசினார் என்றெல்லாம் நான் சுகுமாரனிடம் கேட்கவில்லை. ஆனால் அவர் பிரமாதமாகவே பேசியிருப்பார் என்று உறுதியாக நம்புகிறேன். இடையில் காதில் விழுந்த ஒரு பகுதி ... "என் மனைவி அப்பப்ப எதாச்சும் புகார் சொல்லி, என்னன்னு கேளுங்கன்னு சொல்லுவா ... அவ கவிஞன் ... அவனுக்கு எல்லாம் தெரியும் ... விட்டுடுன்னு ... சொல்லிடுவேன் சார் ..." அப்பா என்னைக் கவிஞர் என்றே உறுதியாக நம்பிவிட்டார் போலும்?

அப்பா தீவிர சிவாஜி ரசிகர். அவரோடு சேர்ந்துதான் எல்லா சிவாஜி படங்களையும் பார்த்தேன். சிவாஜியைப் பார்க்கப்போன இடத்தில்தான் கே.வி. மகாதேவன், கே.பி. சுந்தராம்பாள், ஏ.பி. நாகராஜன், டி.ஆர். மகாலிங்கம் T.M.S போன்ற பிரமிப்பூட்டும் ஆளுமைகளைப் பார்த்து வந்தேன். ஒன்பதாம் வகுப்பு படிக்கும்போதே "இசைத்தமிழ் நீ செய்த அரும்சாதனை" பாடலைப் பாடப்போகிறேன் என்று துணிந்து மேடை ஏறியிருக்கிறேன். அந்தப் பாட்டைப் பாடிவிட முடியாது என்பது எனக்கும் தெரிந்துதான் இருந்தது. ஆனாலும் 'அந்தப் பாட்டை'ப் பாடித் தோற்றுப்போக வேண்டும் என்பது என் ஆசையாக இருந்தது. அன்றிலிருந்து அந்தப் பாட்டு டீச்சர் என்னை எப்போது பார்த்தாலும் ஒரு நமட்டுச் சிரிப்பு சிரிப்பார்.

நான் படிப்பில் சூரனில்லை ... ஆனால் "நாளைக்கு வரும்போது கண்டிப்பா உங்கப்பாவக் கூட்டீட்டு வரணும்" என்று ஆசிரியர் சீறும்படிக்கு அவ்வளவு மக்கில்லை. நான் பெண்களை சைட் அடித்தேன் ... அவர்கள் வீடுகளின் வழியே ஓயாமல் சைக்கிள் விட்டேன். ஆனாலும் "உன் பையன கண்டிச்சு வை ... இல்லைன்னா நடக்குறதே வேற ..." என்று யாரும் என் அப்பாவை நோக்கி கையுயர்த்திப் பேசியதில்லை. அதாவது, நான் என்னுடைய எல்லா அயோக்கியங்களையும் அப்பாவின் காதிற்கு வந்துவிடாதபடி அவ்வளவு கவனமாகவும் அளவாகவும் செய்தேன். இந்த 37 வருட வாழ்க்கையில் என்னைப் பற்றிய ஒரு புகார்கூட என் அப்பாவிடம் வந்ததில்லை என்று சொல்லிக் கொள்வதில் எனக்குப் பெருமிதம் உண்டு. கூடவே, கொஞ்சம் புகார்கள் எழும்படி வாழ்ந்திருந்தால் இன்னும் கொஞ்சம் சந்தோசமாக இருந்திருக்கலாமோ என்கிற ஐயமும் ஏக்கமும் உண்டு. இன்று திரும்பிப் பார்க்கையில் சாகசங்கள் ஏதுமற்ற தட்டையான வாழ்க்கையாக என் வாழ்க்கை தோற்றமளிக்கிறது.

அப்பா எனக்களித்த சுதந்திரம், துரதிர்ஷடவசமாக என்னுள் ‘பொறுப்புணர்வாக’ மாறி இயங்கியது. குடும்ப மானத்தைக் கட்டிக்காத்த ‘ஒழுக்கப்பிள்ளை’ பெரிதான சந்தோசங்களுக்கு ஆசைப்படலாகாதுதானே?

“என் அன்பிற்குப் பதிலாக உன் வாழ்க்கையைக் கொடு ...” என்று விஷப்புட்டியைக் கையில்வைத்துக்கொண்டு பிள்ளைகளை மிரட்டும் அப்பாக்கள் உண்டு. என் அப்பா அப்படியானவர் இல்லை. தீவிர காங்கிரஸ்காரராக இருந்த போதிலும் நான் சிவப்புக்கொடி தூக்கிப்போனபோது அதுபற்றி அவர் ஒரு சொல் கூடக் கேட்டதில்லை. இடையில் கொஞ்சகாலம் வை.கோ.வின் பேச்சுக்களால் ஈர்க்கப்பட்டு அவரோடு நடைப்பயணம் போன போதும் அவர் ஏன் என்று கேட்கவில்லை. வீட்டிற்குள் சுருட்டுப் பிடித்து ஊதிய சேகுவேராவை வெளியேற்றி விடவேண்டும் என்று அவர் நினைத்தவரில்லை. தோழர்களோடு சேர்வதைத் தடுக்காத என் அப்பாவின் மீது இப்போது எனக்குப் பெரும் வாஞ்சை எழுகிறது. அங்குப் போனதினால்தான் இப்படி “சுமாராகக் கெட்டுப்போய் இருக்கிறேன் . . . இல்லையென்றால் மோசமாகக் கெட்டுப்போயிருப்பேன்” என்கிற எண்ணம் எனக்கு எப்போதும் உண்டு. அப்பாவின் தோளைவிட்டு இறங்கியதும் *‘DYFI’* மன்றத்திற்குள் ஓடிப்போய்த் தப்பித்துக்கொண்டேன்.

உறவுகளுக்கு மத்தியில் அப்பாவிற்கு ‘மேக்கப்மேன்’ என்று ஒரு பெயரும் உண்டு. கறுத்த உடம்பின் தலையில் கனத்துச் சுருண்ட கேசம் அவருடையது. கண்ணாடிமுன் நின்றால் சமயங்களில் ஒருமணி நேரம்கூட ஆகும். இது சம்பந்தமாக அப்பாவுக்கும் அம்மாவுக்கும் இடையே அடிக்கடி சண்டை வரும். எங்காவது கிளம்ப வேண்டும் என்றால் மணிக்கணக்காக நச்சரித்துக்கொண்டே இருப்பாள் அம்மா. அப்போதும் எல்லோரும் கிளம்பி வீதிக்கு வந்த பின்புதான் இவர் வீட்டை விட்டு வெளியே வருவார். பேண்ட் ஜிப்பையும் சட்டைப் பொத்தான்களையும் வீதியில் வைத்துத்தான் போடுவார். என் திருமண நிகழ்வில் அப்பாவின் மேக்கப்தான் பெரிதாகப் பேசப்பட்டது. “உன் அப்பாதான்டா கலக்குறார். . . அவர நடிக்கக் கூட வைக்கலாம்” என்று லீனா சொன்னபோது உள்ளுக்குள் என்னவோ அடைத்துக்கொண்டது. எல்லா நாடகக்காரர்களையும் போலவே அப்பாவிற்கும் சினிமா ஆசை இருந்திருக்கிறது. சென்னையில் கோட்டை கட்டி வாழ்ந்துவிட வேண்டும் என்று அவரும் ஆசைப்பட்டிருக்கிறார். ஒருமுறை வீட்டுப் பத்திரத்தை அடமானம் வைக்க முயன்று அம்மாவிடம் பிடிபட்டதாகக் கூட ஒரு சேதி உண்டு. அம்மா அவரின் எல்லா நாடக முயற்சிகளுக்கும்

ஆதரவாகவே இருந்தாள். சமயங்களில் நடிகர் நடிகைகள் எங்கள் வீட்டில் கூடத் தங்கி ஓய்வெடுப்பதுண்டு. அம்மா எல்லோருக்கும் ஆக்கிப் போட்டாள். ஆனால் சினிமாவிற்கு மட்டும் உறுதியாக மறுப்புச் சொல்லிவிட்டாள்.

அப்பாவின் வயதைக் கண்டறிவது அவ்வளவு சுலபமல்ல. மூப்பின் பிடியில் சிக்காதவராகத்தான் அவர் இப்போதும் இருக்கிறார். இதன் காரணம் அவர் புனையும் அலங்காரங்களல்ல. மாறாக, அவரோடே இருக்கும் தமிழும் இசையும்தான் என்று நான் உறுதியாக நம்புகிறேன். இப்போதும் கோவையில் எங்கு கச்சேரி நடந்தாலும் எங்கு சொற்பொழிவுகள் நடந்தாலும் கிளம்பிப் போய்விடுவார். இரவு 10 மணிக்குமேல் பஸ் இல்லாத ஊர் என்னுடையது. ஊருக்கு இரண்டு கி.மீ முன்பே எல்லா பஸ்களும் நின்றுவிடும். அங்கிருந்து கால்நடையாக வந்து சேரவும் அவர் தயங்குவதில்லை. அப்பா வாய்ப்பு கிடைக்கும்போதெல்லாம் பாடுகிறார். பட்டிமன்றங்களில் கலந்து கொள்கிறார். சொற்பொழிவுகளை நிகழ்த்துகிறார். இந்த 70 வயதில் அவருக்கு ஒரு சொற்பொழிவாளர் ஆகிவிட வேண்டும் என்கிற ஆசை வந்திருக்கிறது. வீட்டிலும் பண்டிகைக்கால பூஜைகளில் பாடுவார். பிரமாதமான பாடகரில்லைதான் என்றாலும் " வாங்கக் குடம் நிறைக்கும் வள்ளல் பெரும்பசுக்கள்" என்கிற வரிக்கு நான் நிரம்பி வழிந்துவிடுவேன். எல்லா நடுத்தரக் குடும்பத்தின் அப்பாக்களையும் போலப் பணிநிறைவு பெற்றதும் கொஞ்சம் தடுமாறினார். கலையை மேலும் இறுகப்பற்றிக்கொண்டு அந்தத் தடுமாற்றத்தில் இருந்து தப்பித்தார். அவருக்கு எப்போதும் லௌகீக விசயங்களில் ஆர்வமோ அறிவோ இருந்ததில்லை. அதனால் சம்பளத்தை அம்மா கையில் கொடுத்துவிட்டுத் தன் உலகில் நிம்மதியாக இருந்துகொள்வார். இப்போதும் பென்சன் வாங்கி வந்து தந்துவிட்டால் அவர் கடமை முடிந்தது. "எனக்கென்று ஒரு இடம் ... என் நாடு ... என் மக்கள் ... என்று கிளம்பி விடுவார். நாம்தான் அவரை அங்குச் சென்று பார்க்க வேண்டும்." அப்பாவின் தேங்காய்மூடிக் கச்சேரிகளையும் கதர்த்துண்டுச் சொற்பொழிவுகளையும் அவர் விழுந்து வணங்கும் கடவுள் காத்து ரட்சிக்கட்டும் ...

இரண்டாம் தலைமுறையாக எங்கள் வம்சத்தின் தலைமேல் ஏறி அமர்ந்திருக்கிறது கவிதை ... என்ன செய்ய எண்ணமோ தெரியவில்லை?

நேர்காணல்கள்

'உலகம்தான் அம்மையப்பன். அம்மையப்பன் தான் உலகம்'

1. 'காற்று கோதும் வண்ணத்துப்பூச்சி' என்கிற உங்கள் முதல் தொகுப்பு வாசிக்கக் கிடைக்கவில்லை. 2002இல் வெளிவந்த அந்தத் தொகுப்பிற்கும் 'சிவாஜி கணேசனின் முத்தங்க'ளுக்குமான இடைவெளியில் இசை என்ற கவிஞர் அடைந்திருக்கும் பரிணாமம் என்ன?

ஆமாம். அந்தப் புத்தகம் 'நமக்கு நாமே' திட்டத்தின்கீழ் நானே போட்டுக்கொண்ட தொகுப்பு. இளங்கோ, சுகுமாரன், கல்யாண்ஜி போன்ற சிலரைத் தவிர அதிகமாக யாரும் அந்தப் புத்தகத்தைப் பார்த்திருக்க வாய்ப்பில்லை. எழுதத் துவங்கும் எல்லாக் கவிஞனுக்குமான ஒரு இயல்பான குறுகுறுப்பின் விளைவே அந்த நூல். இன்று அதில் வாசிக்க ஒன்றுமில்லைதான். ஆனால் சிலர் ஏனோ 'இது போன்ற' தன் முதல் தொகுப்பை மூடிமறைக்கப் பார்க்கிறார்கள். இதில் வெட்கப்பட என்ன இருக்கிறது ... எல்லோரும் உமையவளின் ஞானப்பாலிற்கு ஆசை கொண்டால் எப்படி?

இந்தப் பயணத்தில் கற்றுக்கொண்டது என்ன என்றால், நான் அடிப்படைகளைச் சொல்லுவேன். இலக்கியத்தின் அடிப்படைகளை ... கவிதையின் அடிப்படைகளை ... ஏனென்றால் நீங்கள் எவ்வளவு பெரிய மாடமாளிகைகளை எழுப்புவதாக இருந்தாலும் அதன் மேல்தான் எழுப்ப வேண்டி யிருக்கும். இலக்கியத்தின் அடிப்படைகளைத் தன் எழுத்தின் மூலம் போதித்தவர்களை இதன்

நிமித்தமே நான் பெரிதும் மதிக்கிறேன். கால் சுண்டுவிரலை வாய்வழியே கொண்டு வருவதில் சமர்த்தரான ஒரு கவிஞர் சமீபத்தில் என்னிடம் நெஞ்சுருகச் சொன்னார். "உள்ளதிலேயே சிரமமானது என்ன தெரியுமா இசை, எளிமையாக எழுதுவது தான்." அவர் முருகப்பெருமான் . . . நான் விநாயகன். "உலகம்தான் அம்மையப்பன் . . . அம்மையப்பன்தான் உலகம்" என்பதில் நான் உறுதியாக இருக்கிறேன்.

2. இன்று நீங்கள் எழுதிக்கொண்டிருக்கும் கவிதைகளின் அழகியலை அல்லது இந்தப் பாணியை உருவாக்கிக் கொண்டது எவ்வாறு?

என்னால் அதை அவ்வளவு துல்லியமாகச் சொல்லி விட முடியுமா என்று தெரியவில்லை. இயல்பாகத்தான் உருவாகி வந்தது என்று நினைக்கிறேன். அல்லது இயல்பாகவும் உருவாக்கியும் வந்தது என்று சொல்லலாம். எழுதிக் குவிக்கப்படும் எண்ணற்ற கவிதைகளுக்கு மத்தியில் ஒரு கவிதை தன்னைத் தனித்துக் காட்ட ரொம்பவும் போராட வேண்டியிருக்கிறது என்பதை உணர்ந்தே இருந்தேன். ஆனால் அதன் நிமித்தம் திட்டமிட்டு உருவாக்கிக் கொண்டதுதான் தற்போதைய என் கவிதையின் அழகியல் என்று சொல்ல ஏனோ எனக்கு நா எழவில்லை.

3. வேதனைகளைக் கவிதைகளாகப் பகிர்ந்து கொள்ளும்போது இயல்பாக எழும் கிண்டல் ஏற்கனவே புதுமைப்பித்தன் போன்றவர்கள் தம் சிறுகதைகளில் உருவாக்கிக் காட்டிய போக்குதானே?

புதுமைப்பித்தனும் வேறு சில எழுத்தாளர்களும் தன் புனைவில் பகடியை வெற்றிகரமாகக் கையாண்டிருக்கிறார்கள். ஆனால் கவிதைக்குள் பகடி பேசுவது அதைவிட ஆபத்தானது என்பதை நீங்கள் ஒத்துக்கொள்வீர்கள் என்று நினைக்கிறேன். கொஞ்சம் பிசகினாலும் அதலபாதாளம் காத்திருக்கிறது.. டீக்கடை பெஞ்சில் அமர்ந்து பகடி பேசுவதும் கவிதைக்குள் பகடி பேசுவதும் ஒன்றல்ல என்கிற பிரக்ஞை வேண்டும். தமிழ்க் கவிதைக்குள் பகடி வெகு அரிதாகத்தான் செயல்பட்டிருக்கிறது என்பது என் எண்ணம். கேலிக் கவிதைகளை இதில் சேர்க்க முடியாது. காளமேகம் புரட்சிக்காரராக வேண்டுமானால் இருக்கலாம், கவியல்ல என்பது என் தனிப்பட்ட கருத்து. தனிப்பாடல் திரட்டில் நிறைய கேலிக்கவிதைகளைக் காணமுடிகிறது. ஆனால், அவை நீங்கள் இன்று உச்சரிக்கும் பகடி என்ற சொல்லில் அடங்காது. ஞானக்கூத்தன் பகடி பேசினார். ஆனால் அதில் கொஞ்சம்

தத்துவச்சாயல் விழுந்தது. நம் அன்றாட வாழ்வைத் தரிசிக்கும் சிக்கலற்ற எளிய பகடிகளை ஷங்கர் ராமசுப்பிரமணியன் எழுதிக் காட்டினார். நான் ஷங்கரின் கவிதைகளால் பாதிக்கப்பட்டேன் என்பதை மகிழ்ச்சியுடன் ஒப்புக்கொள்கிறேன்.

4. ஒரு நவீன கவிஞன் வாழ்க்கையின் குரூரங்களைத் தித்திப்பாகப் பாவிக்கிறானா அல்லது இயலாமை அவனை அவ்வாறு எழுதப்பணிக்கிறதா?

தித்திப்பதா..? பழுத்த ஞானிக்கேனும் இது இயலுமா? "மூஞ்சிலேயே ஓங்கி மூனு குத்துக் குத்துனா, புத்தனுக்கும் கோவம் வரும்" என்பது கவுண்டமணியின் வாக்கு... ஏன் அவன் வாழ்வின் குரூரங்களையே திரும்பத் திரும்ப எழுதுகிறான்? என்று கேட்கிறீர்கள் என்று நினைக்கிறேன். பொதுவாகவே எழுத்து துக்கத்திற்குத்தான் காது கொடுக்க விரும்புகிறது. மகிழ்ச்சியிடம் அதற்குச் சோலி குறைவுதான். இலக்கியத்தை ஒரு தேடல் என்று கொண்டால், அது துக்கத்திற்குள் நுழைந்து தேடவே விரும்புகிறது. ஆனால் வெற்றுப் புலம்பல்களை எளிதில் அடையாளம் கண்டு கொள்ளலாம்.

5. 'லட்சுமி டாக்கீஸ்' கவிதை ஒரு கதையாக எழுதப் பட்டிருக்கலாமோ என்று தோன்றுகிறது?

அந்தக் கவிதையையும் சேர்த்துக் கதைத்தன்மை கொண்ட சில கவிதைகளை நான் எழுதியுள்ளேன். என்ன செய்ய? எனக்குக் கவிதைதான் வருகிறது. என் இயல்பிற்கும் அது தான் சரியாக இருக்கிறது. ஒரு எழுத்தாளன் மணிக்கணக்காக, நாள்கணக்காகத் தன்னைத் தானே நாற்காலியில் கட்டிப்போட்டுக் கொள்ள வேண்டி இருக்கிறது. எனக்கு அது ஒத்து வராது. என் அநேக கவிதைகள் நீண்ட, தனித்த நடைக்காலங்களில் எழுதப்பட்டவைதான். அப்புறம், "சிறுகதை எழுத பூமியில் உள்ளவைகளே போதுமானவை; ஆனால், கவிதைக்கு ஆகாயத்திலிருந்து எதையோ பெற வேண்டி இருக்கிறது" என்கிற எண்ணம் எப்படியோ என் மண்டைக்குள் நுழைந்துவிட்டது. இப்படிக் கவிதையை மர்மப்படுத்திக் கொள்வதில் கவிஞனுக்கு ஒரு சுகமும் பெருமிதமும் கிடைக்கிறது. ஆனால் என் உரைநடையை மெச்சிய சில நண்பர்கள் தந்த உற்சாகத்தில் நான் கதை எழுத அமர்ந்தபோது என்னால் பூமியில் உள்ளவைகளை ஒழுங்காகப் பார்க்க முடியவில்லை என்பதைக் கண்டுகொண்டேன். சரி... ஆகாயசாரியாகவே வாழ்ந்துவிடலாம் என்று விட்டுவிட்டேன்.

6. பொறாமையாக இருக்கிறது. சிறுகதை எழுத்தாளர்களும் நாவலாசிரியர்களும் 500, 600 பக்கங்களில் மாங்குமாங்கென்று எழுதித்தள்ளுவதை அதே விஷயங்களை அதே அழுத்தத்துடன் இன்னும் அதைக்காட்டிலும் கூர்மையாக ஒரு பக்கத்துக் கவிதையாக எழுதிவிடுகிறீர்கள்?

மகிழ்ச்சி. ஆனால் இது நல்ல கவிதைகளுக்கான பொதுவான இயல்புதான். ஒவ்வொரு கலைவடிவமும் தனக்கேயான மொழியில் பேசுகின்றன. ஒவ்வொன்றும் வெவ்வேறான சவால்களை முன் வைக்கின்றன. ஒரு பெரிய நாவலில் திரண்டு வருகிற தரிசனத்தைக் கவிதை தன் சின்ன உடலில் அடைக்க பிரயாசை கொள்கிறது. சமயங்களில் செய்தும் காட்டுகிறது. ஆனால் நாவலில் சில உபதரிசனங்கள் உண்டு என்பதை மறுக்க இயலாது. உதாரணத்திற்கு வேளாங்கண்ணி மாதாவைத் தரிசிக்க விரும்பும் ஒரு கோயமுத்தூர்க்காரனைக் கவிதை "அலேக்காக"த் தூக்கிக் கொண்டுபோய் நீண்ட தரிசனவரிசையில் முதல்ஆளாக நிறுத்தி விடுகிறது. ஆனால் நாவல், முதலில் உங்களை முன் பதிவு செய்ய ரயில் நிலையத்திற்கு அனுப்புகிறது. அங்கு ஒருவேளை நீங்கள் "கண்டார் உயிர் உண்ணும் கண்களை"க் காணலாம். அது உங்களை நெருங்கி வந்து பேனாவை ஓசி கேட்கலாம். பயணத்தில் உங்களுக்கு ஜன்னலோர இருக்கை என்கிற பேரதிர்ஷ்டம் அடிக்கலாம். வாழ்வில் முதல்முறையாக ஆடு மேய்க்கும் சிறுவர்களுக்கு நீங்கள் கை அசைக்கலாம். பக்கத்து சீட்டுக் குழந்தை உங்கள்மேல் தாவி விழலாம். மலைகளை, மரங்களை, புதுவெள்ளம் புரளும் ஆற்றை, தூர்ந்து கிடக்கும் ஏரியை, மயில் ஆடும் துறையை நீங்கள் காணலாம். ரயில்பெட்டியின் கழிப்பறை அருகே புதுப் பிச்சைக்காரனும், புதுப் பைத்தியமுமான ஒருவன் சுருண்டு படுத்திருப்பதையும் நீங்கள் பார்க்க நேரலாம். இதையெல்லாம் கவிதை இழந்து விடுகிறது என்று சொல்லலாமா? உளறிக்கொண்டிருக்கிறேனா? எனக்கும் தெரியவில்லை. சும்மா பேசிப்பார்க்கிறேன்.

ஆனால், எல்லா மகத்தான எழுத்தாளர்களுக்கும் கவிதையைத் தெரிந்திருக்கிறது. அது வெறும் வரிக்கணக்கல்ல என்பதை அவர்கள் உணர்ந்திருக்கிறார்கள். அதனால்தான், அவர்கள் அதைக் கண்ணீர் மல்கக் கை தொழுகிறார்கள். கவிஞனுக்கு எழுத்தாளன் மீதிருக்கும் மலைப்பும் எழுத்தாளனுக்குக் கவிதையின் சின்ன உடலின்மேல் இருக்கிற பயமும் விந்தையானது. அது நீடு வாழட்டும்.

7. நூறு காதல்களில் ஒரு காதல் ரொம்பவும் குள்ளமானது. அது தன் கையை உயர்த்திக் காட்டவேண்டியிருக்கிறது . . . இன்றைய

சூழலில் வாழ்க்கை குறித்த சகலமான விஷயங்களுக்கும் ஒரு குள்ளமானவன் என்றில்லை, சராசரி உயரமுள்ளவனும் கூட கையை உயர்த்தி உயர்த்திக் காட்டத்தானே வேண்டியிருக்கிறது?

நீங்கள் அந்தக் கவிதையில் ஒலிக்கும் தனிக்குரலைப் பொதுவாக்கி கேட்கிறீர்கள் என்று நினைக்கிறேன். இங்கு சராசரிக்கே இடமில்லாதபோது குள்ளமானதற்கு என்ன கிடைத்துவிடும் என்று கேட்கிறீர்கள். சரிதான். நம் சமூகம் 'மெகா'விற்கு மாறிவிட்டதுபோல. தற்போது மெகா சீரியல்கள் தானே சக்கைப்போடு போடுகின்றன. சாதாரண குலுக்கலில் என்ன விசேஷம் இருந்துவிடப் போகிறது. 'மெகா பம்பர் குலுக்கல்' வேண்டி இருக்கிறது தற்போது. ஆனால் சாதாரணமாக இருப்பதிலும் சில சலுகைகள் இருக்கவே செய்கின்றன. மார்க்கேஸின் 'தனிமையின் நூறு ஆண்டுகள்' நாவலில் வரும் சில வரிகள் இப்படிச் சொல்கின்றன . . .

> *ஏறக்குறைய நாற்பது ஆண்டுகளுக்குப் பிறகு அவர் எளிமையின் சலுகைகள் என்னவென்பதைக் கண்டுபிடித்தார். அதற்கு அவர் முப்பத்து இரண்டு போர்களைத் தொடங்கி நடத்த வேண்டியிருந்தது. மரணத்துடனான எல்லா ஒப்பந்தங்களையும் மீற வேண்டியிருந்தது. புகழின் மலக் குவியலில் பன்றியைப் போலப் புரள வேண்டி இருந்தது.*

8. உருவகங்கள், படிமங்கள், சொற்சிலம்பங்கள் இல்லாமல் கவிதையை இலகுவாக வாழ்க்கைக்கு மிக நெருக்கமாக அணுகும் முறையை மரபான கவிதையியலாளர்கள் இன்னமும் ஏற்பதில்லையே?

ஆமாம். அவர்களுக்கும் சோலி வேண்டாமா? உருவகங்கள், படிமங்கள், சொற்சிலம்பங்களில் தானே அவர்கள் தங்களின் மேதமையைக் காட்ட முடியும். எளிய சொற்களில் கவிதை நிகழ்ந்துவிடுவதின் அதிசயத்தை அவர்களால் ஜீரணிக்க இயலாது தானே ?

9. பாரதிக்கு சுதந்திரப் போராட்டக்காலம் அவருடைய கவிதைகளுக்கான உந்துசக்தியாக, பின்புலமாக இருந்தது என்று சொல்வார்கள். சுதந்திரப் போராட்டக் காலத்தைவிடவும் பல்லாயிரம் பிரச்சனைகள் சூழ்ந்த நவீனகாலம் நம்முடைய நவீன கவிஞர்களை இந்த அளவுக்குத்தான் இயங்கவைக்குமா?

முதலில் பாரதி மகாகவி ஆனது அவருடைய தேசபக்திப் பாடல்களால் மட்டுமல்ல என்பதைச் சொல்லிவிட வேண்டும். அவருக்குத் தொட்டதெல்லாம் துலங்கியது. கவிதை தன் பூரணத்தை

இயக்கிப் பார்த்துக் கொண்ட இடம் என்று அவனைச் சொல்லலாம். அவருடைய காலத்தில் கொஞ்சம் லட்சியவாதம் மிச்சமிருந்தது. முழுமனதோடு ஒன்றை நம்பிப் பற்ற வாய்ப்பிருந்தது. எனவே சத்தம் செய்ய முடிந்தது. நாங்கள் அதிகமாக மூளையை வளர்த்துக் கொண்டு, அதிகமாகத் தர்க்கித்து, அதிகதிமாகச் சண்டையிட்டு, அதிகமான உண்மைகளைக் கண்டறிந்துவிட்டோம். அவரவர் அவரவர் நம்பும் உண்மைகளுக்காகப் பேசிக் கொண்டிருக்கிறோம். எனவே ஒரு ஒற்றைக்குரல் சத்தமாக எழுந்து வர வாய்ப்பில்லை. சகலமும் குழம்பிக் கிடக்கிற காலத்திலிருந்து குழப்பமான குரல்கள் கேட்கவே வாய்ப்புகள் அதிகம். எனவே இன்று அதிகமாகத் தேட வேண்டி இருக்கிறது. தேடித்தான் கண்டடைய வேண்டி இருக்கிறது. 'உலகம் இசக்கியை உழைக்கவே வைக்கிறது' என்கிற யவனிகாவின் கவிதையை விக்கிரமாதித்யன் தொகுத்த 'தற்காலச் சிறந்த கவிதைகள்' நூலில் கண்டபோது இத்தனை நாள் இந்தக் கவிதையைத் தவறவிட்டதற்காக அவமானமாக இருந்தது.

உலகம் இசக்கியை உழைக்கவே வைக்கிறது

முட்டாளும் விறகு உடைப்பவனுமாகிய இசக்கி
ஒரு மோசமான அதிகாலையில் இனி ஒருபோதும்
தான் உழைப்பதில்லை எனச்சொல்லி
ஆவேசத்துடன்
கோடாரியை விட்டெறிந்தான்
அகன்றுபோன தன் கால்களுக்கிடையில்
தலை கவிழ்ந்து முகம்புதைத்து உறங்கும்
அவனுக்கு எப்படித் தெரியும்
இந்த அருமையான அதிகாலையில்
உலகம் முழுவதும் அதே முடிவை எடுத்திருப்பதுபற்றி
முதல் பத்துநாள் அவரவர் கையிருப்பைத் தின்று தீர்ப்பது என
முடிவாயிற்று
அடுத்த பத்துநாள்
அதிகம் இருந்தவரிடமிருந்து கோரியும் பிடுங்கியும் தின்னும்படி
நேர்ந்தது
கடைசிப் பத்துநாள் மிச்சமீதி அனைத்தையும்
வழித்து வாயில் போட்டுக்கொள்ள
தலைதூக்கிய இசக்கிக்குப் பசி கண்ணை மருட்டியது
எங்கும் உணவில்லை
பரிதாபமாய்க் கோடாரியைத் தூக்கி
தோளில் போட்டுக்கொண்டு இசக்கி தனது
வளைந்த கால்களால் நகரத் தொடங்கினான்
ஆனால் அவனுக்கு எப்படித் தெரியாமல் போகும்
இந்த அருமையான அதிகாலையில்
உலகம் முழுவதும் இதே முடிவை எடுத்திருப்பதுபற்றி . . .

'பாடுபடல் வேண்டா/ ஊனுடலை வருத்தாதீர்'... என்கிற வரியை மகத்தான கவிதை என்று சொல்கிற நாம் இந்தக் கவிதையையும் கொஞ்சம் கண் திறந்து பார்க்க வேண்டும்.

மற்றபடி கவிதை காலகாலத்திற்கும் எதைச் செய்து வந்ததோ அதைத் தற்போதும் செவ்வனே செய்து வருகிறது என்பதே என் எண்ணம்.

10. நவீனக் கவிஞர்கள் யேசுவையும் புத்தனையும் கிட்டத்தட்ட தங்கள் சிநேகிதர்களாகப் பாவிக்கிறார்கள். ஒருவிதத்தில் அவர்கள் குறியீடுகளாகவும் இருக்கிறார்கள். இன்னும் சிலரைக் கவிதைக்குள் அழைத்து வரலாம் என்று தோன்றுகிறது ...

பாவம் அவர்களை விட்டு விடுங்கள் என்பதைத் தானே இப்படி நாகரீகமாகக் கேட்கிறீர்கள்? ஆனால் அவர்களுக்கு இது தேவைதான். அவர்கள் பேசிய பேச்சுக்களுக்கான, செய்திருக்கிற காரியங்களுக்கான பலனை எங்களிடம் அனுபவிக்கிறார்கள். இன்னும் சிலர் என்று யோசித்தால் மிஸ்டர் காந்தி இருக்கிறார் ... அவருக்கு எங்கள் கவிதைகளில் இழுபட முழுத் தகுதி உண்டு.

புதிய புத்தகம் பேசுது இதழில் வெளியான நேர்காணல்

நான் கலையின் நல்லது கெட்டதுகளோடு வாழ விரும்புகிறேன்

1. கவிஞர்களே கவிதைக்கு வாசகர்களாக இருப்பதுபோல் தெரிகிறதே? ஏன் கவிதைகள் இந்த வட்டத்தைத் தாண்டிச் செல்லவில்லை?

வாசகர்கள்தான் எழுத்தாளர்களாக மாறுகிறார்கள். எல்லா எழுத்துக்கும் இது பொருந்தும். கவிதை வாசகன் தானும் கவிஞன் ஆகிவிட அவசர அவசரமாக ஆசைகொள்வது அதன் எளிய உடலைப் பார்த்து... அரிய உயிரைப் பார்த்து... இவ்வளவு எளிய உடலில் அவ்வளவு அரிய உயிர் வந்து அமர்ந்திருக்கும் கோலத்தைக் கண்டு... அந்தப் பரவசத்தைத் தாளமாட்டாமல்... ஆனால் அத்திருக்கோலம் கூட்டுவது அவ்வளவு சுலபமல்ல என்பதை அவன் எழுதவரும்போது கண்டுகொள்கிறான்.

2. ஒரு பாடகராகவும் இருப்பது உங்கள் கவிதைக்கு எந்த வகையில் வலு சேர்த்திருக்கிறது?

பாடகன் என்றெல்லாம் சொல்லிக்கொள்ள முடியுமா என்று தெரியவில்லை. இசையில் ஆர்வமுடைய அநேகருக்கும் தானும் ஒரு பாடகன்தான் என்கிற நினைப்புண்டு. அந்த நினைப்பு எனக்குக் கொஞ்சம் அதிகம் அவ்வளவுதான். மற்றபடி என் தலையாடும் அளவிற்குக் குரல் ஆடுவதில்லை என்பது எனக்கே தெரியும். ஆனால் இந்நெடிய

வாழ்வை நொண்டிக்கடக்க என்னிடம் இருக்கும் ஒரே வழி என்னை நானே பாடகன் என்று நம்பிக்கொள்வதுதான். இந்த இசைப் பித்து என் கவிதைகளுக்கு உதவுகிறதா என்று கேட்டால் 'ஆம்' என்றுதான் சொல்ல வேண்டும். அது என் கவிதையின் இசையை ஒழுங்குபடுத்துகிறது.

3. உங்கள் படைப்பு வடிவம் கவிதைதான் என்று முடிவுக்கு வந்தது எப்போது? ஏன்?

அலைந்து திரியும் மனம்கொண்ட என் மன இயல்புக்கு உகந்த வடிவமாகக் கவிதைதான் இருக்கிறது. என்னளவில் கவிதைக்குப் பேப்பரோ பேனாவோ அவசியமில்லை. எழுத்தாளனாக இருப்பதென்பது பாமுக் சொல்வது போல குமாஸ்தாவாக இருப்பதும்தான். சில எழுத்தாளர்களின் – குறிப்பாக அயல்நாட்டு எழுத்தாளர்கள் – நேர்காணல்களில் 'எப்போது எழுதுவீர்கள்'? என்கிற கேள்வி தவறாமல் கேட்கப்படுகிறது. "அதிகாலை 5:42க்குத் துவங்கி மதியம் 1:03 வரை எழுதுவேன். திரும்பவும் மாலை 4.15க்கு உட்கார்ந்தால் இரவு 8:10 வரை எழுதுவேன். திரும்பவும்..." என்று அவர்கள் பதில் அளிக்கிறார்கள். இந்தச் சோலி நமக்குச் சரிப்பட்டு வராது. கவிதை இந்த அட்டவணைகளுக்குள் அடங்காது. ஏற்கனவே 8 மணி நேரம் அலுவலகத்தில் குமாஸ்தா வேலை தானே பார்க்குறேன்?

4. எளிய சொற்களில் கவிதை நிகழ்த்தும் மாயத்தை நீங்கள் வந்தடைந்தது எப்படி?

குழப்பமூட்டும் சொற்களால் வசீகரிக்கப்பட்டவர்கள் குழப்பமூட்டும் வரிகளை எழுதுகிறார்கள். நான் எளிமையால் வசீகரிக்கப்பட்டவன். எனவே, எளிமையாக எழுத முயல்கிறேன். "தெளிவுறே அறிந்திடுதல்; தெளிவுதர மொழிந்திடுதல்" என்பது தானே நமது மகாகவியின் வாக்கும்.

5. சமகாலச் கவிஞர்களில் உங்களுக்குப் பிடித்த கவிஞர்கள் என்று யாரைச் சொல்வீர்கள்? அதுபோலவே உங்களுக்கு ஆதரசமான முன்னோடிக் கவிஞர்கள்?

ஆத்மாநாம். சுகுமாரன், மனுஷ்யபுத்திரன், மு. சுயம்புலிங்கம், ஷங்கர்ராம சுப்ரமணியன் ஆகியோரை என் ஆதர்ச முன்னோடிகள் என்று சொல்லிக்கொள்ள விரும்புகிறேன். பாரதி எல்லோருக்கு மானவன். சமகாலக் கவிஞர்கள் என்பதை எப்படி அளப்பது என்பதில் எனக்குக் குழப்பம் வருகிறது. என்னோடு சேர்ந்து எழுத வந்தவர்கள் என்று எடுத்துக்கொண்டால் முகுந்த் நாகராஜன், இளங்கோ கிருஷ்ணன், குணா கந்தசாமி ஆகியோர் என்னைப்

பொறாமை கொள்ளவைத்த சில கவிதைகளை எழுதியவர்கள். பொதுவிலிருந்து விலகி வேறொன்றை எழுத முயன்ற இருவேறு வகைமாதிரிகளாக லிபியும் நரனும் என் கவனத்தை ஈர்த்தவர்கள். சமீபத்தில் போகன்சங்கர் கவிதைகள் பிடித்திருக்கிறது.

6. கவிதையை வாசித்த கணத்தில் அதை எழுதியவருடன் பொருத்திப் பார்ப்பது குறித்து என்ன நினைக்கிறீர்கள்? மற்ற படைப்பு வடிவங்களுக்குப் பெரும்பாலும் இது நிகழ்வ தில்லையே?

கவிதை ஏதோ ஒரு இடத்தில் சுயத்துடன் தொடர்புடையது தான். சுயத்திலிருந்துதான் நல்ல கவிதைகள் பிறக்க முடியும் என்று நம் முன்னோடிகள் நம்பினார்கள். எனக்கும் அந்த நம்பிக்கை உண்டு. ஆனால் சுயம் ஒரு கவிதையில் எங்கு எப்படிக் கலந்திருக்கிறது என்று கண்டறிவது கடினம். ஒரு வகையில் புனைவெழுத்திலும் சுயம் இயங்கத்தான் செய்கிறது. ஆனால் அங்கு அது சாமர்த்தியமாக ஒளிந்து கொள்கிறது.

7. தமிழ்க் கவிஞர்களுக்குப் பழந்தமிழ் இலக்கியப் பரிச்சயம் அவசியமா?

அவசியம்தான். இன்று நீ இயங்கும் மொழியில் உனக்கு முன் என்ன நடந்திருக்கு என்று அறிந்து கொள்வது அவசியம்தானே? பழந்தமிழ் இலக்கியங்கள் என்னளவில் சுமையல்ல. அதில் தொழிற்படும் அரசியலைக் கூர்ந்து நோக்கி இன்றைய அறிவின் சுத்தியால் உடைக்கலாம். உடைக்கக் கூடாது என்றில்லை. ஆனால் அவற்றை ஒட்டுமொத்தமாகப் புறந்தள்ளுவது மொழிக்குள் இயங்க நினைப்பவனுக்கு நிச்சயம் இழப்பேயாகும். சங்க இலக்கியத்தின் நுட்பமும் பக்தி இலக்கியத்தின் கண்ணீரும் நாம் அவசியம் காணவேண்டியவைதான்.

8. கவிதை குறித்த காத்திரமான உரையாடல்கள் சமகால கவிஞர்கள் மத்தியில் நடக்கிறதா?

உரையாடல்கள் நடக்கத்தான் செய்கின்றன. நிறைய விமர்சனக் கூட்டங்கள் நடக்கின்றன. கவிதையோடு ஆர்வமுடன் கட்டிப்புரளும் சமகாலக் கவிஞர்கள் பலரையும் எனக்குத் தெரியும். ஆனால், ஒட்டுமொத்தக் கவிஞர்களின் எண்ணிக்கையோடு ஒப்பிட்டால் இவர்களின் எண்ணிக்கை குறைவுதான்.

9. படைப்பாளிகளாக இருப்பவர்கள் அறத்துடன் இருக்கவேண்டிய அவசமியமில்லாத சூழல் இங்கு நிலவுகிறது. இதுகுறித்து உங்கள் கருத்தென்ன?

சத்தியமூர்த்தி இசையாகும்போது எழுதுகிறார். அந்தத் தருணத்தில் உள்ளும் புறமும் ஒத்துத்தான் எழுதுகிறார். ஆனால், நீங்கள் "இசையைப் பார்த்தாயா ... பார்த்தாயா?" என்று கேட்டு சத்தியமூர்த்தியைப் பிரம்பால் விளாசக்கூடாது? பாவம் சத்தி, வைத்துக்கொண்டா வஞ்சகம் செய்கிறான்? இங்குதான் எங்கோ கடைத்தெருவுக்குப் போய்விட்டு வந்துவிடுகிறேன் என்று சொல்லிவிட்டுப் போயிருக்கிறார். எப்படியும் வந்துவிடுவார். சற்றுப் பொறுமையாக இருங்கள்.

10. ஒரு படைப்பாளியின் அகவாழ்விலும் புறவாழ்விலும் எந்தளவுக்குச் சுதந்திரம் இருக்கிறது?

புறவாழ்வு குறித்துச் சொல்ல வேண்டியதில்லை. அகவாழ்விலும் புறத்தின் எச்சில் வந்து விழுந்துவிடுகிறது. அந்த நாற்றத்தையும் சேர்த்துக்கொண்டுதான் அகவாழ்வு என்று நாம் நம்பும் ஒன்றை விடாப்பிடியாக வாழவேண்டியிருக்கிறது.

11. கவிஞர் இசையின் ஒரு நாள் எப்படி இருக்கும்?

ஒரு கவிஞனின் ஒரு நாள் எப்படி இருக்கும் என்று கேட்க நினைத்த உங்கள் நல்லெண்ணத்திற்கு நன்றி தோழர். ஆனால் நீங்கள் இதைவிட ஈஸியான கேள்வி எதையாவது கேட்டிருக்கலாம்.

12. நீங்கள் உட்பட இன்று இயங்கிக்கொண்டிருக்கும் படைப்பாளிகள் பலரும் இடதுசாரி இயக்கங்களில் இருந்தவர்களாக இருக்கிறீர்களே?

ஆமாம்... எனினும் நான் இடதுசாரி இயக்கங்களில் பெரிதாகக் களமாடியதில்லை. ஆனால் எங்கிருந்து வருகிறீர்கள் என்கிற கேள்விக்கு அப்படித்தான் பதிலளிக்க வேண்டி இருக்கிறது. "உன் வீட்டைத் தாண்டி ஒரு உலகம் இருக்கு தம்பி" என்று அவர்கள்தான் எனக்கு முதன்முதலாக உணர்த்தியவர்கள். நான் அங்கிருந்துதான் வந்தேன் என்று சொல்லிக்கொள்வதில் எனக்கு சந்தோசமும் பெருமிதமும் உண்டு. நல்ல மனிதர்களான அவர்கள் எனக்கு கெட்ட கவிதைகளை அறிமுகம் செய்து வைத்தார்கள். ஒரு தனிமனிதனாக அவர்களை விமர்சிக்க எனக்கு யோக்கியதை வந்துவிட்டதாக நான் இந்த ஆயுள்வரை நம்ப மாட்டேன். அவர்களுக்கென்று ஒரு நல்லதுகெட்டது உண்டு. ஆனால் நான் கலையின் நல்லது கெட்டதுகளோடு வாழ விரும்புகிறேன்.

இந்தியா டுடே இதழில் வெளியான நேர்காணல்